D9900456

Ramavilasamu

Anugula Lakshmanakavi

శ్రీరస్తు.

రామవిలాసము.

ప్రథమాశ్వాసము.

శ్రీరామాకుచమండలీకలితకాశ్మీరంబుచేఁ గౌస్తుభో
ద్దారాత్మీయభుజాంతరస్థలికి శోభావాప్తి రెట్టించుశృం
గారోదారుడు గృష్ణదేవుడు త్రిలోకస్వామి రక్షించు ల
క్ష్మీరమ్యాత్మనివత్సనాయకులజున్ శ్రీగోపధాత్రీశ్వరున్.

సీ. తరులతార్పితసుమాస్తరణసంఛన్నబృం
దావనాంతర భూమిపావనములు
కాళీయఫణరత్న కాంతిరంజితనాట్య
శింజాన మంజీర మంజులములు
అరుణశారద సూర్యకిరణబోధితసార
సోదరసోదరద్యుతి పదములు
కమనీయ రాధికాకరసవ్యపల్లవ
లలితసంవాహనలాలితములు
మహాని మానససుందర మందిరములు
బంకజాంకుశకులిశ రేఖాంకితములు
గృష్ణదేవుని మృదుపాదకిసలయములు
శాశ్వతైశ్వర్యములు గృతి స్వామికొసగు.

చ. మగనియురంబు మందిరము మన్మథకాంచనగర్భులాత్మజు
ల్నిగమములెల్లఁ బాఠకులు నిర్జరకాంతలు దాసికాతతు
ల్దగుచెలి శైలరాజసుత తండ్రి సుధార్ణవుఁ డేవురంధ్రిక
జగములతల్లి గోపనృపుసద్మమున న్వసియించు గావుతన్.

చ. కనకనగంబు వాసుకియుఁ గంజదళాక్షుడు చాపమున్గుణం
బును విశిఖంబుగా ద్రిపురముల్ఘనదోర్బలయుక్తి మీఱ
ల్చిననెరజోదు వైభవవిశేషజయాభ్యుదయాదినిత్యశో
భనములొసంగు గోపనరపాలకమౌళికిఁ బుణ్యశాలికిన్.

ఉ. అంబికచేత నంబుజభవాదివర్ణ్యకదంబ పూజ్యపా
దాంబుజచేత నైందవకళాంకితసుందరమౌళిచేతఁ బు
ష్పాంబకజీవనప్రదమహౌషధిచే గిరికన్యచేత నీ
లాంబుదవేణిచేత విజయంబుఁ గృతీశుడు గాంచుగావుతన్

ఉ. భారతిచెక్కుటద్దములపై మకరీమయపత్రరేఖలిం
పారలిఖించు నత్తఱిజిరాయువు వ్రాయుము భక్తకోటికిఁ
జారయ వేడినం దనప్రియాభిమతంబున కాత్మ మెచ్చున
వ్వారిజగర్భుఁడిచ్చు నిరవద్యచిరాయువు గోపశౌరికిన్.

ఉ. వాణికిమంజువాణికి సువారిజపుస్తకకీరవల్లకీ
పాణికి చక్రనీలరుచిభాసురవేణికి రాజహంసకున్
యాణికి వేదవేద్యపదకంజయుగప్రణతిప్రవీణ గీ
ర్వాణికి బద్మసంభవునిరాణికి భక్తినమస్కరించెదన్.

సీ. వాణీశ ముఖ్యగీర్వాణులెవ్వాని బూ
            జించి కాంచిరభీష్టసిద్ధి మున్న
గండనగ్రవద్దాస గంధసంపద నెవ్వ
            డింపొందిరసముల కిందు సేయు
మధురామృతస్రవావాఙ్మాసప్రసూనంబు
            ఘనత నెవ్వడు మస్తకమున దాల్చు
దూర్వార్పణమున బొందుగ మెచ్చి సురగవి
            గతి కామితార్థముల్ బ్రతుకు నెవ్వ
డతడు జగజెట్టి ముఖ్యుంటి యనఘుడిట్టి
దాసులకు గల్పతరువు విద్యలకు గురువు
సుగుణమణి భూమి యేనుగుమొగముసామి
మము గృతార్థుల గావించి మనుచుగాత.

ఉ. సంకుచితారవిందపుటసంగతలక్ష్మి సదోదిత తెచ్చి ని
శ్శంకనిహార సజ్జనవిశాలగృహంబుల నిల్పు బుద్ధిచే
బంకజకోశముల్ కిరణపఙ్క్తులచే వికసింపజేయు న
ప్పంకజమిత్రు లేదిన తిపాత్రు బవిత్రచరిత్రు గొల్చెదన్.

క. శాంతున్ సురతరుమూల ని
శాంతున్ గపియూథ వనవసంతున్ సజయ
స్వాంతున్ బలవంతున్ మతి
మంతు హనూమంతు నెంతు మదిని భజింతున్.

క. ఆదిమకవి నెంతు శుభా
పాదిమధుక్షీరమధుర ఫణితిని నమృతా

స్వాద్విమనస్కుని దురిత
చ్ఛేదిమహాకావ్యకరుని శ్రీవాల్మీకిన్.

క. ఘోరతమోహారి మహా
భారతకృతిభాస్వదుదయపర్వతమౌళిన్
సారతపోనిధి దలతును
సారతతిశ్యామకాయు సాత్యవతేయున్.

ఉ. సారసగర్భ సన్నిభుల సత్కవులన్వినుతింతు భారతీ
పూరుషమూర్తులన్ భువనపూరిత కీర్తులఁ గాళిదాసునిన్
భారవిహీరుజోరు శివభద్రుని బాణు మయూరుమాఘుని
న్బేరుపహించునున్నతుల బిల్హణమల్హణశంకరాదులన్.

ఉ. ఇవ్వసుధన్ విచిత్రగతినేర్పడిరాంధ్ర కవిత్వసృష్టికిన్
ముప్వురుఁబ్రాహ్మలంచుబుధముఖ్యులనందగు వారిగొల్చెదన్
నివ్వటిలంగనన్నయ మనీషివతంసుని నెఱ్ఱప్రెగ్గడన్
గ్రొవ్వపుకీర్తులంబరగు మాన్యుని దిక్కనసోమయాజినిన్.

సీ. వర్ణింతు వేములవాడ భీమకవీంద్రుఁ
బ్రణుతింతు శ్రీనాథభట్టవాళి
భజియింతు శ్రీరామభద్రుని బింగళి
సూరనామాత్యుఁ బ్రస్తుతియొనర్తు
సోముని దలఁతు భాసురభక్తి వెలయభా
స్కరునకునంజలి సంఘటింతుఁ
బ[illegible]మరాజునెంతు బిల్లలమర్రివీరేశు
ముక్కుతిమ్మయకు గేల్మోడ్పులిడుదు

ఇట్టికవివిశ్వనాథు బ్రార్థించికొల్తు
నేతనివందనుడగు వెంకటాద్రికవికి
వాక్యపూజలుగావింతు వక్కలంక
వీరభద్రుని గావింతు గౌరవమున.

గీ. ఫణికులాధీశభాషిత భవ్యభాష్య
ఫక్కికాభావనిర్ణయ ప్రౌఢమతిని
ధన్యునాకరపల్లి కోదండరాము
సద్గురుస్వామి నతిశాంతు మదిభజింతు.

ఉ. శ్రీతనుజాతసుందరు నశేషమునీషిమనీషితార్థసం
ధాతను శ్రీనికేతనువిధాతనుబోలిన మేటిసూరిసం
ఘాతనుతప్రబంధచయకర్తను గీతరహస్యవేదమా
తాతనులక్ష్మణార్యునిముదంబుననెంతువిభ్రాతయాతనుల్.

గీ. పార్థివేశ్వర పూజాకృతార్థసకల
పార్థివాస్థానపూజితు భాగ్యవంతు
సరసకవితాప్రవీణు మజ్జనకుదలతు
దివ్యభారతియేసుగ తిమ్మకవిని.

చ. ఎలమిఘటించుమూఢులకు నెచ్చటనైన నిరీక్షచేసినన్
నెలకొనవర్థగౌరవము నింపగ జాలదు మేలుసేయలే
దిలగుకవిప్రణీత కృతి కృత్రిమ రత్నమురీతి నేతజిన్
వెలవెలబోవుదానికి వివేకధురీణులు సమ్మతింతురే.

గీ. ఈప్రకారంబుచేత నభీష్టదేవ
తాభివాదనవిధియు మహాకవీంద్ర

సంస్తుతియు గురుపాదాంబుజాతవంద
నమును మఱియును గుకవినిందయును జేసి.

వ. ప్రాచేతసమహాకవిప్రణీతరామాయణ రమ్యకథానుసారి
యు సకలకలుషాపహారియు, రుచిరభావరసాలంకారప్రకా
శంబును నగు రామవిలాసంబను ప్రబంధంబు నిర్మింప
నుద్యోగించి యీ సరసకృతికి నుత్తమనాయకుం డేసుకృ
తిలభించునో యని వితర్కించు సమయంబున.

సీ. ఏరాజహృదయాబ్జ మిందిరాసుందరీ
ప్రాణభర్తకు కేళిభవనమయ్యె
నేవదాన్యునిదాన మిలపుత్త్రిశిబిమేఘ
కల్పభూజాదులగణనమాన్పె
నేధీరుసితకీర్తి యిందుచందనకుంద
మందారతారల గ్రిందుసేయు
నేధన్యుసౌందర్య మిక్షుకోదండునై
మధవసంతాదుల సౌరుగేరు
సతతము రాజాధిరాజసభాంతరాళ
సూరిమణివర్ణితాద్భుత సుగుణశాలి
వైరితిమిరాపహారి తీవ్రప్రతాప
హేళి శ్రీవత్సవయగోప నృపతిమౌళి.

వ. మఱియు నిందిరాసుందరీ ముకుంద చరణారవింద
ధ్యానమకరంద నిష్యందరసకందళితానందసందోహ నిష్పంద

హృదయమిళిందుండును, మందహాసచంద్రికా సుందరవదనేం
దుండును నిందుధరశతానందసుందరీ కుందచందన మందాకినీ
పురందరగజమందార బృందారకాహార నీహారహార హీరాతి
విశదయశస్తుందిల దిక్కుంజరుండును ధీరతావధీరిత మందరుండు
ను భండనోద్దండ చండరిపువిపులా మండలాధిప ప్రాణసమీర
ణోపహార సంప్రీణితనిజభుజాదండమండలాగ్రకుండలీశ్వరుండు
ను శాశ్వతైశ్వర్యమహేశ్వరుండును వితతవితరణవిభవవి
భ్రమవినిర్ధూత జీమూతసిత మహోమహోదధి దధీచివిబుధ
నైచికీఖేచర ప్రముఖవిశ్రాణన ప్రావీణ్యుండును మానధనా
గ్రగణ్యుండును సురనదీతుల్య తుల్యభాగాతీర భాగాభరణ
వల్మీకగిరిక్షేత్ర రాజాధ్యక్షు లక్ష్మీనరసింహదేవ సేవామహో
త్సవారాధన సమాసాదితచ్ఛత్ర చామరసుఖాసనాది రాజ
లక్షణ సంపన్నుండును మహాకవిప్రసన్నుండును ద్రిభువనరా
యరాహుత్తకంఠీరవుండును బరపక్షభైరవుండును గడుగుర్గరా
య చిహ్నాలంకారుండును స్వామిద్రోహరగండబిరుద మహో
దారుండును నవబిరుదరాజకుమార వేశ్యాభుజంగుండునుగురు
చరణారవింద ధ్యాన పరిశుద్ధాంతరంగుండును భేషిణీహనుమం
తుండను బిరుదరాజభయంకరలాంఛన శ్రీమంతుండును బ్రత్య
బ్దకళ్యాణ ప్రతిదినకారిత షోడశోపచార పూజాసంతోషిత
ప్రసాదసదనవదన మదనగోపాలకరుణాకటాక్ష ప్రసారసంవర్ధ
మానపూజ్య సామ్రాజ్య లక్ష్మీవిలాస విశాలుండును బరమ

న్న దుర్గవిభాళుండును శ్రీమద్వసిష్ఠగోత్రపవిత్రుండును సింహా ద్రిరాజపుత్రుండును నిజాశ్రితజనకుముదసముదయపూర్ణిమా చంద్రుండునునగు శ్రీవత్సవాయ గోపరాజేంద్రుండు మహీసు వర్యాశీర్వాద మహిమాభివర్ధిత మహావైభవంబుగాంచి సమా నులలో నుత్తమశ్లోకుండై ప్రకాశించుచునొక్కనాఁడు.

శా. వేదాంతాది సమస్తశాస్త్రనిపుణుల్ విద్వజ్జనుల్ గావ్యవి
ద్యాదక్షుల్కవిశేఖరుల్ సచివులున్ దైవజ్ఞులున్ సత్కథా
వేదుల్ రాజులుగాయకుల్ ప్రియసఖుల్ వీరుల్ హితుల్ వార
కాంతాదుల్గొల్వఁగఁగొల్వుకూటముననధ్యాసీనుఁడై వేడుకన్.

వ. ధర్మరహస్యవిశేషంబు లాకర్ణించుచున్నయెడ మనీ షిముఖ్యులిట్లనిరి.

గీ. ధార్మికులలోనఁ గృతిపతి ధన్యుఁడతని
కీర్తిగంగ తెఱంగున క్రీడసేయు
ముజ్జగంబుల తరుసరో ముఖ్యవివిధ
సంతతులకంటెఁ గృతిమహాశాశ్వతంబు.

క. గండితెగి చెరువుపాడగు
ఖండింపనశించు వనము ఘనవృష్టిమరు
త్తాండవముల గుడిగూలు న
ఖండితమై కావ్యమమరుఁ గలకాలంబున్.

వ. మఱియు సకలకలుష నివారణంబును, శుభవిభవ కారణంబునునగు కృతిరూపసంతానంబునంజొలె సర్వాభీష్ట

ఫలావాప్తినిదానంబగు నది భవద్వంశపుణ్యవంతులకు సుల
భంబగు ననియిట్లుబోధాంబుధులైన బుధులుపదేశించినవిని
తథావిధి భవ్యకావ్యాధిపత్యసంపాదన కుతూహలాధీనమాన
సంబున.

సీ. సురుచిరాపస్తంబసూత్రవాధూలన
　　　　గోత్రసద్వినయాదిగుణసమేతు
　　నేనుగలచ్ఛకవీంద్రుని పౌత్రుని
　　　　శ్రీమాచిరాజు నృసింహమంత్రి
　　దౌహిత్రుభూవరాస్థానపూజ్యుని దిమ్మ
　　　　మంత్రికిఁ జేసమాంబకు సుపుత్రు
　　ధన్యుననంతాభిధానసోదరు వీర
　　　　భద్రునకగ్రజు భాగ్యవంతు
　　లలితకవితాకళాధుర్య లక్ష్మణార్య
　　నన్ను బిలుపించి యుచితాసనమున నుంచి
　　చాలఁగగుణించి తనముఖాబ్జమున మంద
　　హాసమమరంగ నిట్లని యానతిచ్చె.

సీ. సృజియించినాడవు సేతురామేశ్వర
　　　　మహిమంబు పాండిత్య మహిమమెఱయ
　　గల్పించినాడవు ఘనులెన్న జాహ్నవీ
　　　　మాహాత్మ్య కృతిసుధామధురభణితి
　　నిర్మించినాడవు నిర్జరభాషచే
　　　　శతకంబు భాస్కర స్వామికెలమి

రచియించినాడవు రుచిరంబుగా సుభా
షితరత్నమాలిక శివునిపేర
రమ్యవిశ్వేశ్వరోదాహరణనృసింహ
దండకాదిస్తుతి బ్రబంధములగూర్చి
నములలో నుత్తమఖ్యాతి నమరినావు
లలితగుణధుర్య యేనుగ లక్ష్మణార్య.

గీ. వారిజాసన వారీముఖారవింద
సారసౌరభఘనఘనసారసాంద్ర
వీటికాబంధుర సుగంధ విభవమధుర
లలితవాగ్ధుర్య యేనుగ లక్ష్మణార్య.

గీ. ధీరులునుతింపనిప్పుడు మీరుసేయు
భాసురంబగు రామవిలాసకావ్య
మంకితముసేయు మాపేరననఘశీల
ధరణినాచంద్రతారక స్థిరముగాఁగ.

క. అని యానతిచ్చి వాహన
కనకాంబర రత్నఖచిత కంకణహారా
ద్యనుపమ భూషణచందన
ఘనసార ప్రచురవీటికలు దయనొసంగెన్.

వ. ఇట్లు సత్కారంబుఁజేసినం జేకొని సంతసిల్లియంత
రంగంబున—

క. దేవాంశభవుడు గోపమ
హీవల్లభు డస్మదీయకృతికన్యకు ను
శ్రీవర్ధిల బతియగునట
భావించిన నింతకన్న భాగ్యముఁ గలదే.

క. భాసురమగు కనకమునకు
వాసనవలె గోపరాజవర్యుడు రసికా
గ్రేసరు డధినాయకుడై
భాసిల్లెమదీయకృతికి బ్రాజ్ఞులుమెచ్చన్.

వ. అని కందళితానందహృదయుండనై భోజనందనా నందనపదారవిందనందన కృతార్థశీలుండగు శ్రీవత్సవాయగో పాలునకు నిరంతరాభ్యుదయాభివృద్ధికరంబుగా దదీయవంశా వతారం బభివర్ణించెద.

సీ. శ్రీవిష్ణునాభి రాజీవమధ్యంబున
బ్రభవించె విశ్వనిర్మాతధాత
యంభోజభవునకు సంభవించెమరీచి
యతనికిఁ గశ్యపుఁ డవతరించెఁ
గశ్యపబ్రహ్మకుఁ గలిగె బ్రహ్మాండదీ
పకుఁడుత్రయీమూర్తి భాస్కరుండు
వనజమిత్రునకు వైవస్వతుండుదయించె
ఘనుఁడు వైవస్వత మనువుఁ గాంచె
దక్షు నిక్ష్వాకునృపుని దద్వంశమునను
దగఁ గకుత్స్థుండు రఘువును దశరథుండు

జననమ్మొందిరి యాదశస్యందనునకు
రాముఁడుజనించె ద్రిభువనరక్షకుండు.

వ. ఏతాదృశ మహాపురుషభూషితంబైన సూర్యాన్వయంబుసాగివంశ మనంగసుంబుగం బ్రసిద్ధంబయ్యె. అందుసంభవించి.

గీ. సహ్యజాతీరమునకు భూషణమనంగ
సిరులకిరవగు గుడిమెట్ట పురమునకును
రాజధానిగ సత్కళాభోజరాజు
సాగిపోత క్షమాభర్త జగతియేలె.

క. ఆసాగి పోతనృపతికి
భూసురరక్షకుడు మదరిపుత్రాసదబా
హాసత్త్వుఁడు నరసింహాఖ్యుఁడు
భాస్కరతేజుఁడు జనించి ప్రజలన్బ్రోచెన్.

ఉ. ఆనరసింహ భూపతికి పార్వతి యామపతీశతుల్య తే
జోనిధులశ్విసీతనయ సుందరులిద్దగు గగ్గిరాత్మజుల్
భూసురకీర్తియా మనుమపోత మహీతలనాథ చంద్రుడున్
మానధనాగ్రిగణ్యుఁడగు మాచనృపాలుడు వంశవర్ధనుల్.

మ. స్థిరభక్తిన్గుడిమెట్టలోపల బ్రతిష్ఠించెన్నృపాసింధుటం
ధురసౌధంబునవిశ్వనాధుబరమాత్మున్ రాజనారాయణుఁ
సురవంద్యున్ బెజవాడయందునిలిపెఁ సుశ్లోకధర్మాకత
త్పరశీలుండగుమన్మపోతనృపుఁడే తన్మాత్రుఁడేయెన్నఁగఁ

క. మాచనృపాలుఁడు సకలధ
రాచక్రభరంబు బూనిరాజులరాజై
శ్రీచిత్తేశుని కృపచే
నాచంద్రస్థిరయశస్కుఁడై నుతికెక్కెన్.

క. బంగారు పాదుకలుదొడు
గంగా నెడలేదు మాచ ఘనుపాదంబుల్
సంగర రంగజితాహిత
పుంగవశీర్షముల నెల్లప్పుడు రాజిల్లున్.

క. ఆమాచనృపతిసుతుఁడు మ
హామహుఁ డెఱపోతసత్క్ష్మాధీశ్వరుఁడా
శ్రీమంతుసుతులు జగదభి
రాములు శ్రీతెలుగురాయ రామనరేంద్రుల్.

సీ. ఆరామ రాజేంద్రుఁ డాజిరంగంబున
వైరిరాజులగెల్చి వారిచేత
మదగజకంభాణ మాణిక్యగాణిక్య
కనకాంబరము లుపాయనములందె
యాచకశ్రేణుల కభిమతార్థములిచ్చి
బ్రిజలసంరక్షించె భరతునట్లు
తగవత్సవాయాఖ్య నగరంబునిజనివా
సముజేసె నదికారణముగ సాగి

గీ. పరమకల్యాణి నాగభూపాలురాణి
యమితగుణముల కుప్పమాదప్పగనియె
ధీరుఁ గన్నరంగవీరుని దిప్పనృపుని
నతఁడు ధర్మక్రమంబున నవనిఁ యేలె.

క. అమ్మాన వేంద్రమానిని
యప్పప్పకు సింగభూవరాగ్రణిపుత్త్రిను
నెమ్మని రెండవ సతియగు
ముమ్మప్పకు జగ్గరాజముఖ్యుఁడు గలిగెన్.

వ. ఇందుఁ గృతిపతివర్ణనానుగుణముగా నున్న సింగమ నుజేంద్రునకుఁ బ్రియానుజుండైన జగ్గరాజుసంతతి క్రమంబు వర్ణించెద.

గీ. వత్సవాయతిప్ప వసుమతీశక్షీర
జలధిచంద్రుఁడైన జగ్గనృపతి
యెల్లమాంబయందు నింద్రాదిదిక్పాల
సములసుతులఁగాంచె సాధుహితుల.

సీ. హరిదశ్వనిభతేజుఁడైన రాయపరాజు
గుణరత్ననిధి పెదకొండనృపతి
గురుపూజకుడు పుట్టకొండ భూపాలుండు
శ్రీరామతుల్యుఁడు వీరశౌరి
విజయోన్నతుఁడు పెదవెంకటక్షితిభర్త
విద్వత్ప్రియుఁడు చినవెంకటాద్రి

ఐశ్వర్యశాలి పెద్దప్పలనృపమౌళి
యతిదయాంభోధి చినప్పలన్న
భవ్యవిశ్వంభరాభారభరణనిపుణు,
ఘనభుజాబల విజితదిగ్దంతులధిక
నిర్మలస్వాంతు లత్యంత నీతిమంతు
లగుచువిఖ్యాతిగాంచిరి జగతియందు.

ఉత్సాహావృత్తము. గుణనిధానమైన పుట్టుకొండ శౌరికిన్వధూ
మణికిగోపమాంబకుస్సుమారుడై జనించె వా
రణసమానబలుడు బాపిరాజు దానకర్ణుడున్
రణకిరీటియంచు బుధులురాజులెంతురాతనిన్.

గీ. బాపిరాజుకుమారులు భాగ్యనిధులు
పలికిబొంకనిధన్యులు బంధుహితులు
సుప్రసాదముఖుండు జగ్గప్రభుండు
భక్తసులభుండు హనుమన్నృపాలకుండు.

క. హనుమద్భూజానికినం
దనులై బాపన్నజగ్గ నరనాధుడురా
మన్నృపాలక వెంకటపతు
లనువారలు హితభుజంబులనదగిరి ధరన్.

వ. అందు.

సీ. బాపిరాజేంద్ర సుతులు సౌభాగ్యయుతులు
ఘనులుసింహాద్రినృపుడు జగ్గప్రభుడును

నందుసింహాద్రిరాజు విఖ్యాతిఁగాంచె
శత్రుగజసింహమితఁడని జనులువొగడ.

చ. మనునిభుఁడైన బావనృపమౌళికి రెండవనందనుండు శ్రీ
తనయసమానమూర్తి సతతద్విజభక్తిపరాయణుండు స
ద్వినయవివేకభూషణుఁడు ధీరుఁడుబంధుజనప్రియుండు కాం
చనగిరితుల్యతేజుఁడగు జగ్గనృపాలుఁడు పూజ్యుఁడుర్వరన్.

గీ. బావశౌరికిదమ్ముఁడై ప్రబలినట్టి
జగ్గరాజుబలంబున దిగ్గజంబు
కవిజనంబుల పాలింటి కల్పతరువు
ఖ్యాతివంతుండు నుతికెక్కె జగతియందు.

గీ. అతనిపుత్రులు వెంకన్న యధికబలుఁడు
శ్రీహనూమంతుఁ డరికరిసింహరాజు
భానుతేజుఁడు రాజన్న మానధనుఁడు
పద్మరాజనృసింహుఁడు భాగ్యశాలి.

గీ. భాగ్యనిధియగు వెంకటపతికిసుతులు
లక్ష్మనరసన్న పెరుమాళ్ళు లలితమూర్తి
జగ్గరాజు నారాయణ జనపతియును
వార్తకెక్కిరి సకల భూవరులసభల.

గీ. అందు జగ్గనృపాల పురందరునకు
నందనులు సంభవించి రానందఘనులు
వెంకటపతిక్షితీశుఁడు విప్రహితుఁడు
కృష్ణభక్తుఁడు వేంకటకృష్ణరాజు.

క. నారాయణ దేవునికృప
నారాయణభూవరునకు నారాయణసే
వారూఢుఁ డైన పుత్త్రుఁడు
ధీరుఁడు వెంకన్న ప్రబలెఁ దేజోనిధియై.

క. హనుమన్నృప మౌళికి నం
దనుఁడగు వేంకటనరేంద్రు తనయులు నమరా
ర్జునుఁడనఁదగు రాజన్నయు
హనుమంతుఁడు జగ్గరాజు నతిపుణ్యాత్ముల్.

వ. అందు.

క. హనుమంతయ్యకు ముగ్గురు
తనయులు ప్రభవించి రధికధైర్యులు తేజో
దినమణి వెంకన్నయు శో
భనచరితులు రామచంద్ర బలభద్రనృపుల్.

వ. ఇవ్విధంబునఁ బుట్టకొండ మహీమండలాఖండలుని వంశంబు విస్తరిల్లుచుండె, నిటమీఁద శ్రీపేరభూపాలచంద్రుని సంతతి క్రమంబు వర్ణించెద.

ఉ. మేరుసమానధీరుఁడన మేఘునితోఁ బ్రతివచ్చు దాతనా
సారసమిత్త్రతేజుఁడనఁ జంద్రజయంత వసంతసుందరా
కారుఁడనంగ వాసవుని కైవడి భోగియనంగనన్నిట
న్బేరువహించె వత్సవయ పేరనృపాలుడు రాజమాత్రుఁడే.

శా. ఆపేరప్రభు సార్వభౌమునకు నారాంబామహాదేవికిన్
శ్రీపెద్దిక్షితినాథుఁడప్పలధరిత్రీభర్తయున్ గోనప్ప

ద్వీపాలుండును రాజభూమిపతియున్దిమ్మక్షమాజాని ప్రి
జ్ఞాపూర్ణుండగుజగ్గరాజమణియున్ జన్మించి రాత్రోద్భవుల్

గీ. పెద్దలగువారిమన్నించుఁ బెద్దిరాజు
దాతలకుదాత యప్పలధరణివిభుఁడు
మానధనమునఁ గురురాజు కోనరాజు
గుణపయోనిధి రాయపక్షోణిభర్త.

గీ. వారితమ్ముఁడు గాంభీర్యవారిరాశి
తిమ్మరాజశిఖామణి తేజరిల్లె
నతనికీర్తి నటించు శీతాద్రిసేతు
మధ్యపృథ్వీశ్వరాస్థాన మంటపముల.

సీ. అభ్యాగతులకు మృష్టాన్న సత్రములిడు
బీదల గనుగొని బ్రోదిసేయు
నభయంబొసఁగు శరణాగతజనులకు
బ్రాహ్మణపక్షంబు పడిలవఱచు
వినయవివేకము ల్దనసొమ్ముగా నెంచు
సుతులపోలిక నిజాశ్రితులఁబ్రోచుఁ
గొండెముల్జెప్పిన కూళలశిక్షించు
మనవిచెలించుఁ గాదనక నెపుడు

గీ. సత్యమేపల్కు ధర్మమేసంగ్రహించు
ననుచుబుధులు నుతింప విఖ్యాతిఁగాంచె
వత్సవయ పేరధారుణీశ్వరునిసుతుఁడు,
రమ్యగుణశాలి శ్రీతిమ్మరాజమౌళి.

సీ. రణమున గుఱ్ఱింపు రౌతులఁబరిమార్చి
వాసిగా నెరజర్ల వాకలోనఁ
బెద్దాపురంబున బిరుదాంకపురిలోన
యవనవీరులఁ బరాహతులఁ జేసి
బ్రతిఘటించు నరేంద్రసుతుని దర్పమడంచఁ
దిరుపతిచెంత భూవరుల మెచ్చఁ
దూరుపునాట శత్రుక్షత్రనక్షత్ర
మచిరాపుమాపి సూర్యుండనంగ
గీ. నంగవంగకళింగ చోళాదిదేశ
వసుమతీనాథ సభలలో వార్తకెక్క
వత్సవయ్యపేరధారుణీశ్వరునిసుతుఁడు
రమ్యగుణశాలి శ్రీతిమ్మరాజమౌళి.
సీ. బిరుదాంకపురిని సుస్థిరముగా నిర్మించెఁ
బౌలమున్నిటిని బోలు చెరువు
తిరుపతి వాల్మీక గిరిమూలవల్లిని
ఫలవృక్షవనములు నిలిపె నాల
నృహరిగేహ తటాకనిక్షేపవనములు
కొమరుగాఁ బెద్దాపురమునను నిచె
విశ్వనాథకవీంద్ర విరచిత శేష ధ
ర్మప్రబంధము సాదరముగ నందె
విప్రవంశప్రతిష్ఠలు వెలయఁ జేసె
బుత్రులనుగాంచె నీతిని పుడమియేలె

వత్సవాయాన్వయమునకు వన్నెఁదెచ్చె
హెచ్చెఁ బేరయతిమ్మధాత్రీశ్వరుండు.

ఉ. పేరమహామ్మదుత్కిలిపశేఖరుఁ డద్భుతశౌర్యధైర్య దు
ర్వారుఁడు మెచ్చి పైఁడియొరవాల్ దన కేలనొసంగు వేళపై
త్యారిసమానమూర్తి తనహస్తము మీఁదుగ నందె వార్ధిగం
భీరుఁడు వత్సవాయ కులపేరయ తిమ్మనృపాలుఁడున్నతిన్.

క. ఆతిమ్మ శౌరితమ్ముఁడు
చేతోజసమానమూర్తి చినజగ్గధరి
త్రీతలపతి మానవతీ
చేతోధనహారియైన చెలువునఁదనరెన్.

చ. పలుకులయందు వాణిముఖపద్మమునందు ముకుందురాణి శ్రీ
తనహృదయాంబుజంబున సుదర్శనపాణి బలోజ్జ్వలద్భుజా
గ్రళమున దుర్మదారిభయకారి కృపాణి వహించె ధన్యునిన్
సలలితమూర్తి వత్సవయజగ్గనృపాలు నుతింపశక్యమే.

వత్సవయ పేరధారుణీశ్వరుని పుత్రుఁ
డైన శ్రీతిమ్మనృపతికి దానినిధికి
రాయపవ్రిభుగోపాలరాజు రాము
చంద్రిలన సుతులుదయించి రిందిరసములు.

వ. అందు.

గండరగండలాంఛనుఁ డఖండితభండనచండవిక్రమా
ఖండలనందనుండు శశిఖండకిరీటి సుధాంశుమండలీ

కుండరిరాజరాజ గజఘోటక పాండురకీర్తి పూరితా
జాండుఁడు రాయపక్షితివరాగ్రణి కేవలరాజమాత్రుఁడే-

సీ. తనప్రతాపము వైరితారకాగ్రహసమూ
హమునకు సూర్యోదయంబుగాఁగఁ
దనకృపారసము బాంధవజనకైరవ
సంతతులకుఁ జంద్రకాంతిగాఁగఁ
దనబిరుదంబు లుద్ధతశత్రు మత్తేభ
తతులకు సింహనాదములు గాఁగఁ
దనపాదనఖరేఖ విసమదుర్వీశ మూ
ర్ధములకుఁ బువ్వులదండగాఁగ

గీ. నలరుజగదేకవీర రాజాధిరాజ
రాయవేశ్యాభుజంగాది రమ్యబిరుద
శాలిశ్రీతిమ్మభూపాల మౌళినుతుఁడు
వత్సవాయరాయపక్షమావల్లభుండు.

మ. ఘనశౌర్యంబునదుర్మదాంధనృపులస్ ఖండించినకీర్తిచే
... ...
ఘనయస్పీతపురంబు ధర్మపరుడై యేలెన్సమస్తార్థులన్
మనిచెన్దిమ్మనృపాలురాయపమహీనాథుండు భాగ్యోన్నతిన్

సీ. శ్రీరామునకుఁ గట్టమూరునఁ గట్టించె
గుళ్ళుమంటపములు గోపురములు
గంభీరజలతటాకంబు ద్రవ్వించెఁ గృ
హస్థపురంబున సుస్థిరముగఁ

బొలుపుగా వాల్మీకి పురిగాండ్రకోటను
ఫలభూజవాటిక ల్బదిలపరచెఁ
బ్రస్తవ్యమగు హరిభక్తి సుధోదయం
బను మహాకృతిరత్న మంచుకొనియె
బేసగలుగు మహాత్ముఁడు బేగుసదిము
మెచ్చదగిన ధమామీలు దెచ్చుకొనియె
బగతులగువారి గుండియల్దిగులుకొనఁగఁ
దిమ్మనృపరాయపక్ష్మాధీశ్వరుండు.

చ. ప్రతిభఁదనర్చు వత్సవయ రాయమహీశ్వరు చేతిహేతిదే
నతమహిమంబుచిత్రమనవచ్చుఁదనున్ హృదయాంతరంబునన్
ధృతినిమిషంబునిల్పుకొను ధీరవిరోధుల వాజిమేధస
త్క్రతుశతసాధ్యమైనసురరాజపదంబుననిల్పుగ్రక్కునన్.

సీ. దర్పాంధయువన మస్తకముల బురుజులు
గట్టించెనమ్మయ్య గట్టుచెంత
లొంపకలోవలో గుంపులుగొనిపోర
వచ్చినదొరల గర్వంబడంచె
జెలగిపోట్రాజును జేపట్టి రాఘవ
రాజు దేశమునకు రాజుఁజేసె
శంభరాజును గుహాంతర వాసుఁగావించి
యతనిగూడెంబు వీరన్నకిచ్చె
గడును మన్నీల భృత్యులుగానొనర్చె
నిగ్రహానుగ్రహంబులు నెగడజేసె

వత్సవయ తిమ్మధారుణీశ్వరునిసుతుఁడు
రాజమార్తాండుఁడై రాయపరాజశౌరి.

మ. సులతాన్ శాహబహద్దరబ్దులహసన్ క్షోణీంద్రుచేఁ బూజ్య
పింగళమాదన్నబుధేంద్రుచేతబహుసత్కారంబులం దెన్న బా
బులుసాధింపఁగలేని దుర్గనికరంబుల్ లీలచే గెల్చె ది
క్కులకీర్తుల్వెలయించెరాయపమహాక్షోణీశ్వరుండున్నతిన్.

సీ. ఘోటకవాహినీ ఘోటకర్కశ పార
సీకసైనిక శిరశ్ఛేదకుండు
రణరంగ విజయేందిరాకరగ్రహణమం
గళయోగ్య పటహశంఖస్వనుండు
చంచలలోచనాజన మనోధనహారి
సౌందర్యజితపంచ సాయకుండు
ఫాలాక్ష రాఘవ భార్గవపార్థాది
కార్ముకవిద్యా ప్రగల్భసముడు
దక్షిణసామర్థ్య విఖ్యాతిరాజురాజు
భోగసురరాజు సత్కళాభోజరాజు
సరసతిమ్మప్రభు క్షీరజలధిరాజు
భళిరె శ్రీవత్సవాయ గోపాలరాజు.

క. అమ్మానవేంద్ర మౌళికిఁ
దమ్ముండన రామచంద్ర ధరణీపతికిన్
గమ్మవిలుకానితండ్రికి
నిమ్మహిలోఁ దారతమ్య మెన్నందగునే.

ఉ. ధర్మముఁ బూనఁడో గురుబుధద్విజరక్షణ మాచరింపఁడో
దుర్మదచిత్తవృత్తులగు దుష్టవిరోధుల నిగ్రహింపఁడో
నిర్మలకీర్తి లోకములనించఁడొ సర్వగుణాభిరాముఁ డం
తర్ముఖురామచంద్ర నరనాథుని రాముఁడనంగఁ జెల్లదే.

గీ. వత్సవయ తిమ్మసనుమతీ వల్లభునకుఁ
దనయుఁడైనట్టి రాయపధరణిపతికి
రాణియైవిష్ణునకు రమారమణికరణి
శుభగుణకదంబ రాణించె సూరమాంబ.

క. ఆరాయప నృపమౌళికి
సూరాంబకుఁ బుత్రులధిక శూరులుతిమ్మ
క్ష్మారమణుఁడు బలభద్ర మ
హారాజునగ్గిరచ్యుతాంశమువలనన్.

వ. అందగ్రజుండు:

సీ. అభ్రమాతంగాది హరిదంతదంతులు
ధేనుకాతతితోడఁ దిరుగుఁదోడఁగఁ
గులపర్వతంబు లగ్గలమైనబడలిక
నడలంగ మిగుల విశ్రాంతిఁ బొందఁ
బాతాళలోకాధిపతియైన శేషాహి
సతికంఠ కంఠహారత భజించె
వృద్ధకచ్ఛపరాజు వీఁపునొప్పికిఁ బాసి
జ్ఞాతిదర్శనకాంక్ష జలధి కేగ

నలహరిశ్చంద్ర నాభాగనహుషభరత
రంతిదుష్యంత పృథుభగీరథులమాడ్కి
ధన్యుఁడగు వత్సవయ తిమ్మధరణివిభుఁడు
భూమిభారంబు నిజభుజంబునవహింప.

చ. కరులతిమందబుద్ధు లురగప్రభుఁడు న్గుటిల ప్రచారుఁడా
గిరులుమృదుత్వహీనములు కేవలతీవ్రుఁడుఁ ఘోణినాథుఁడీ
విరసులపొంకు చాలునని వేడుకఁ కేరి ధరాలతాంగి సు
స్థిరగుణశాలి వత్సవయతిమ్మనృపాలు విలాసవుస్సుధున్.

చ. విమతులువత్సవాయకుల విశ్రుతతిమ్మనృపాలు మాఁడలా
గ్రమునకు నాజిలో నెదురుగాఁ జనినిల్చినవారు సూర్యబిం
బమువిదళించిపోవుటయుఁ బాయకతద్రవిఖండముల్ మహో
త్తమరుచిసంపదన్ మెరసెద్వాదశభాస్కరులై జగంబునన్.

ఉ. రాజులలోన వత్సవయరాజులు ధన్యులువారిలోపలన్
దేజముఁగాంచెఁ బేరనృపతిమ్మమహీశ్వరుఁ డంతకన్న రా
రాజయిమించె రాయపధరావిభుఁడాయనకంటె వైభవ
భ్రాజితుఁడయ్యెఁ దిమ్మనృపరత్నము రాజకిరీటశోభియై.

మ. ధరణీనాథ మహోపహారబహువేదండాళిగండస్రవ
ద్వారసప్తచ్ఛదగుచ్ఛగంధవిలసద్దానాంబు ధారార్ద్రమై
సిరికింబ్రాపయి వత్సవాయకులజ శ్రీతిమ్మరాజేంద్రభా
స్వరసంసద్భవ నాంగణంబుదనరున్ సామంతసంసేవ్యమై.

ఉ. భోగముఁ దేజమున్సుకృతమున్బలముత్కృపయు న్జవంబువి
త్తాగమపూర్ణభావము మహావిభవంబును గల్గిరక్షుణో

దోృగిదిగీశ్వరాంశముల నుద్భవమొంది ధరిత్రిపూనె నా
భాగురిరీతిఁ దిమ్మనరపాలశిరోమణి భాగ్యసంపదన్.

సీ. రాజులు మెచ్చఁ బరాకోట సాధించి
నరహరిదేవు దుర్నయము డంచె
గుదురైన బావిని కోటలగ్గలువట్టి
మోముకోటంతయు నుర్విఁగలిపె
ముగరాజు మొదలైన దొరలనుభంగించి
విశ్వంభరుని యుద్ధ విరతుఁజేసెఁ
దగ బూసవాటి సీతారామభూపాలుఁ
డభినుతింపగ విజయంబుఁగాంచె
సరిసమతుయవనాధీశు దురగపతినిఁ
గయ్యమునగెల్చె లోకవిఖ్యాతిజెందె
వత్సవాయాన్వయమునకు వన్నెదెచ్చె
రాయనృపాలు శ్రీతిమ్మరాజమౌళి.

చ. హరిహర పద్మజాంశభవుఁడై తగునేచుగులక్ష్మణార్యుచే
సురుచిరశబ్దభావరస శుంభ దలంకృతిమాధురీమనో
హరమగుద్రౌపదీ పరిణయంబను నుత్తమకావ్యమందెను
స్థిరమగుకీర్తి పొంపెసఁగఁ దిమ్మనృపాలుఁడు ధర్మవర్థతిన్.

మ. నిధినిక్షేపతటాక దేవగృహముల్నిర్మించె నుద్యద్దయో
దధిమెదీనులఁబ్రోచె షోడశమహాదానంబులుం జేసెనం
బుధిపర్యంతధరిత్రియేలె బుధులన్బోషించె సంపూర్ణధ
ర్మధనుండైనుతికెక్కె వత్సవయతిమ్మక్ష్మాపతీంద్రుండిలన్.

క. క్షితిరాజన్వతియై సు
స్థితిగాంచెను దిమ్మనృపతిచేతన్ తారా
తతిమతియయ్యును జ్యోతి
ష్మతియగునే రాత్రిచంద్రసంగతిదక్కన్.

గీ. అమ్మహారాజు సోదరుండనఘమూర్తి
విక్రమస్ఫూర్తి రాణించె విశదకీర్తి
యింద్రునకుఁ దమ్ముఁడైనఁ యుపేంద్రునట్లు
రమ్యగుణశాలి బలభద్రరాజమౌళి.

గీ. ఆదివిష్ణువు శ్రీకృష్ణుఁడైన వేళ
నన్నయైనట్టి బలభద్రుఁ డంతశౌరి
తిమ్మరాజేంద్రుడగు వేళదమ్ముఁడయ్యె
వనఁగ బలభద్రరాజు విఖ్యాతిగాంచె.

సీ. సౌష్టవజితపుష్పచాపంబురూపంబు
కవిమనోరథపూరి కరముకరము
చంద్రబింబ ప్రభాసదనంబు వదనంబు
స్మృతవిష్ణు సత్కథా శ్రేణివాణి
శరణాగతత్రాణ సదయంబు హృదయంబు
గురునమస్కార తత్పరముశిరము
బహూబాంధవాగమాభరణంబు శరణంబు
సురనదినిర్మల స్ఫూర్తికీర్తి
వత్సవాయరాయపక్షమావల్లభునకు
నూరమాంబకు సుతుఁడైన సుందరునకు

గలితతేజఃప్రపూర్ణదిక్కుండరునకు
రమ్యబలభద్రరాజపురందరునకు.

సీ. ధర్మతనూజుఁ డీధరణీపతికి జోడు
బవరంబులోఁ బొంకు పలుకఁడేనిఁ
యఃలధనంజయుఁ డీమహారాజునకుసాటి
శూరసాణికి వెన్నుఁ జూపఁడేని
హరిణాంకుఁ డీ గుణాకరునకు జతవచ్చు
మేనగళంకంబుఁ బూనఁడేని
కందర్పుడీనృపాగ్రణికిఁ దుల్యుండగు
లలినసంగుఁడుగాకఁ జెలఁగనేని
సత్యశౌర్యయశోరూప సంపదలను
గడమరాజులుసములని నుడువఁదగునె
యనుచుబుధులెన్న వత్సవాయాన్వయమునఁ
బ్రభనువిలసిల్లె బలభద్రరాజశౌరి.

మ. అమితఖ్యాతిసమూలమైన కృతిఁ దానఁదెన్గిరాతార్జునీ
యము శ్రీరాములపేర బద్యశతకం బారూఢిసిర్మించెభో
జమహీజానిగతిన్ బ్రసిద్ధిఁగనియెన్ సాహిత్యపారజ్ఞుఁడై
రమణన్ శ్రీబలభద్రరాజు ప్రజలన్ రక్షించె ధర్మస్థితిన్.

మ. బలభద్రప్రభుమౌళికిన్ సిరులచేభాసిల్లు వెంకాంబకున్
బలశౌర్యార్జవ చండశాసనుడు శుంభద్వైరి రాజన్యమం
డలవేదండ ఘటామృగేంద్రము నిరూఢశ్రేముఁడత్యంతని
శ్చలధైర్యుండుదయించెరాయపమహీశస్వామిభాగ్యోన్నతిన్.

సీ. కాంతాకటాక్ష వీక్షణాషట్పదములకుఁ
దనవదనంబు పద్మంబుగాఁగ
సూరిదారిద్ర్యాంధకారంబునకుఁ దన
వితరణంబినకర ప్రతతిగాఁగ
దుష్టారిజలధర స్తోమంబునకు, దన
జయవిక్రమము ప్రభంజనముగాఁగ
విష్ణుదేవు పదారవిందంబులకుఁ దన
సరసచిత్తము రమ్యసరసిగాఁగ
రాజవిద్వత్సభా నాట్యరంగములకుఁ
గలితనిజకీర్తి సునర్తకిగాఁగఁ దనరె
వత్సనయబలభద్ర భూవరునిసుతుండు
ప్రణుతగుణశాలి రాయపరాజమౌళి.

సీ. శత్రుతేజోనలజ్వాల చల్లార్చుచో
ధారాళమైనట్టి భూరివారి
యనిగెల్చు సిరిచూపులను నల్లగలువల
నలరంగఁ జేయుచోఁ దాజనైరి
పరిపంథిభూవర ప్రాణమారుతము
ప్రాణసేయుచోఁ బడగధారి
చక్కనిమగల నచ్చరలకుఁ గూర్చుచోఁ
జాతుర్యమెఱిఁగిన సౌఖ్యకారి
ఖలమదవిదారి భీమసంగరవిహారి
రూపవిలమిటారి సాధుజనోపకారి

ప్రస్తుతివహించె రాయవరాజశౌరి
కరమునవసించు రంగుబంగరుకటారి.

చ. శుకకలహంసబర్హిబలసూనకరత్నసవర్ణసింధుబా
హ్లికముఖదేశసంభవసమిద్ధహయంబుల నోలిదెచ్చికా
నుకలిడిదేశనాథులు మనుప్రతిమాను నవార్యశౌర్యతా
రకరిపుతుల్యు వత్సవయరాయనృపాలుని గొల్తురెప్పుడున్.

మ. సిరసాత్మన్ నిరతాన్నదాన కలనాసంతోషితానందభూ
సురపాలిన్ శుభవాక్య వర్ధితగజసోమాస్వరాజ్యార్థ సు
స్థిరలక్ష్మి పరిపూర్ణరమ్యభవనున్ శ్రీవత్సవాయాన్వయా
భరణున్ రాయనరాజచంద్రునిదగున్బల్మారు వర్ణింపగన్

గీ. రూపుననకాదు విక్రమాటోపమునను
మాధవుని గెల్చి విఖ్యాతమహిమఁగాంచె
బద్మనాయకవిజయంబు బదిలపఱచెఁ
దేశమున రాయపక్ష్మాధీశ్వరుండు.

ఉ. కొండలుపిండిసేయుదురు ఘోరరణంబునఁ జండవైరి వే
దండమదంబులింక బెడిదంబుగ సింహరవంబొనర్తురు
ద్దండమృగేంద్ర సంఘముల దర్పమణంతురనంతశౌర్యపా
ర్థుండగు రాయపప్రభుశిరోమణికిన్ హితులైన సైనికుల్.

సీ. శ్రీవత్సవయవంశ సింధురాకా సుధా
కరుఁడైన బలభద్ర ధరణీపతికి
సుతుఁడగు రాయపక్షోణీభర్తకు గొట్టు
ముక్కులసత్కుల ముఖ్యుఁడయిన

భగవన్నృపాలునిపట్టి యారాగమ్మ
గారికిఁబుట్టిరిఘనులు సుతులు
భానుశశాంక వైశ్వానర తేజులు
పద్మజపద్మాక్షభర్గసములు
బాహుబలశాలి తిమ్మభూపాలమాళి
భోగబలవైరి బలభద్రి భూపశౌరి
సూరివర్ణితగుణతతి సూరనృపతి
ధర్మసంవర్ధనులు మహోదానఘనులు.

వ. అందు,

శా. ఉద్యద్భాను సమాన తేజుని మహోయుద్ధక్షమాపార్థునిన్
మాద్యద్దిగ్గజ సారశోభితుని శుంభద్ధైర్య హేమాచలున్
విద్యాభోజుని రాయపప్రభుసుతున్ విస్తారసత్కీర్తివై
శద్యున్ మెచ్చఁగవచ్చువత్సవయవంశశ్రేష్ఠుఁదిమ్మప్రభున్

సీ. నాల్గువక్త్రములుబూనని బ్రహ్మదేవుండు
బాహుయుగ్మముగల బలివిరోధి
ఫాలనేత్రుఁడుగాని భావభావారాతి
వేయికన్నులు లేని విబుధభర్త
యేకచక్రరథాంగ మెసఁగనిభానుండుఁ
మృగలాంఛనుఁడుగాని తొగలవిందు
పంచసంఖ్యాతీక బాణుఁడౌమీనాంకు
డౌర్వాప్తి జెందని యంబురాశి

బోధవిక్రమానుగ్రహాభోగధాము
దానసౌందర్య గంభీరతాగుణముల
వత్సవయ రాయపక్షితీశ్వరునినుతుఁడు
పాలితబుధాళి తిమ్మభూపాలమౌళి.

ఉ. చందనసన్నిధిన్దరులు సౌరభవంతములైనరీతిఁ దా
రందఱు దాతలై మెలఁగిరందఱు సంగరరంగశూరులై
రందరు భవ్యకావ్యవిదులై నుతికెక్కిరి విక్రమాదిరా
నందనుఁడైన తిమ్మనరనాథుని సన్నిధియున్న సజ్జనుల్.

ఉ. ధీరులుసన్నుతింప బహుదేశలిపుల్ బహుదేశభాషలున్
సారకవిత్వసౌష్టవ గమజ్ఞతయున్ దనసూక్ష్మబుద్ధిచే
నేరిచెవిద్యలన్నిటికి నిత్యవిభూషణమైన యీవిచే
భూరియశంబుగాంచెగుణపూజ్యుడు తిమ్మనృపాలుఁడిమ్మహిన్

క. ఆయనసోదరుఁడు నృపో
పాయన మత్తేభదానపరిమళసాము
గ్రీయుతభవనద్వారుఁడ
జేయుఁడు బలభద్రరాజశేఖరుడలరెన్.

సీ. హరిపదాంబుజ నిరంతరభక్తినీరాజు
నెంచి రుక్మాంగదు నెంచవలయు
సకలవిద్యాబోధ సామగ్రినీరాజు
నెంచిభోజనృపాలు నెంచవలయు
శాత్రవగర్వభంజన యుక్తినీరాజు
నెంచి యింద్రతనూజు నెంచవలయుఁ

జండశాసనగుణార్జవమున నీరాజు
నెంచిసుగ్రీవుని నెంచవలయు
గలితగుణవంతులకు నగ్రగణ్యుఁడధిక
పుణ్యుఁడీనరనాథవరేణ్యుఁడనుచు
బుధులు మెత్తురు బలభద్ర భూవరేంద్ర
రాయపమహీశసాగర రాజచంద్రు.

ఉ. వైరిగజాంకుశంబు గుణవద్ద్విజసంతతికెల్లఁ గొంగుబం
గారము బంధుకోటికిసుఖంబుగ నబ్బిన పెన్నిధానమం
భోరుహనాభభక్తికిని బుట్టినయిల్లు విలాసనంపదన్
మారుడు రాయపప్రభుకుమారుడుసూరనృపాలుఁడెన్నఁగన్.

గీ. రాఘవాంబకు రాయపరాజమణికి
దనయుఁడైనట్టి శ్రీతిమ్మధరణిపతికిఁ
బుత్రుఁడుదయించె జగపతిభూపమౌళి
వాసుదేవాంశమున వంశవర్ధనుండు.

చ. వినఁగనలేనికుండలిని పీడ్కొనియించుకయున్ జలింపజా
లనిగిరులన్హసించిగతులన్బహుమాంద్యముబూనుదంతులన్
గొనకొనిరోసివృద్ధకిటి నూర్మ్ముల పై యమరాంగమేదిమే
దినివరియించె శ్రీజగపతిక్షితినాథకుమారుమన్మథున్.

ఉ. భూమిఫలించె బంధువులపాల్పగుకోరికితోడ భూసుర
స్తోమముసంతసిల్లె బలసూదనముఖ్యసువర్వకోటితో
క్షౌమముజారెవైరి నృపగర్వముతోడ ధళీరెనన్నుత
స్థేమభుజోన్నతిన్ జగపతిప్రభుచంద్రుఁడు రాజ్యమేలఁగన్.

ప్రథమాశ్వాసము.

సీ. కన్నుల నుగ్రాంధకారంబువలెఁగమ్మి
గట్టుఫుట్టలుచెట్లు గాననీదు
కఱకుగుత్తఁపుఁగ్రొత్త గడుసుసంకిలిజోడు
హత్తినగతి హజ్జలాడనీదు
చెవులదాళం బమర్చినమాడ్కి బంధించి
లేముల మొఱ్ఱలాలింపనీదు
లలినాటియున్న గుండెలలోనిగాలమై
యూర్పునవడలింప నోపనీదు
వత్సవయ జగపతిమహాసుమతీశ
విజయధాటీసమాటీక విజితముఖ్య
జాఫరలిఖానమానస స్తంభవప్ర
గల్భరూఢభయా వేశగాఢతమము.
సీ. యవనకాంతాముఖాబ్జాసక్త మధుపద
రాగాతపంబులుపహీఁదొలంగ
బిబ్బీలవలిగబ్బి గుబ్బగుబ్బలులపై
గ్రమ్మ్రకప్రిపుడుమారమ్మ్రలణగె
బారసీక కృశోదరీరమ్యలోచన
కువలయంబుల వానగురియఁజొచ్చె
మధుపాయిరిపువధూమధురకథాపిక
స్వరసంతతులకువి శ్రాంతియొదవె
గరుడగంధర్వకిన్నర ఖచరముఖ్య
విబుధసంస్తుత్యసాహసవిజయకలిత

సత్స్నవయ జగపతి మహావసుమతీశ
రణఘనాగమఘన విజృంభణమువలన.

చ. మొగమున గుల్కు-పీరరస మోహనకాంతియు ధైర్యలక్ష్మికి
మగుడి గెల్వొమ్ము భూరిసముదారి హృదాయుధభృస్మహోత్ భుజా
యుగములు జూచి యెంత వలపో జయలక్ష్మి వరించె నాజిలో
జగపతి ధారుణీరమణ శౌరిని సత్స్నవయాన్వయోన్నయున్.

చ. జగపతి రాజసింహకరసంభృత ఖడ్గఘటోద్భవుండు సాం
ద్రగపర వాహినీశ్వర సముత్కటజీవనమెల్లఁ గ్రోలిన
ట్లగ ఘనరాజమండలవిరోధము చేసిన జావకల్లివిం
ధ్యగిరివినామ శేమము సునట్టుగ నుంచె జగత్ప్రసిద్ధిగన్.

సీ. సాకేతపురరత్న సౌధపార్శ్వస్థిత
సురభూజవాటికాంతరసుధాస
రోరాజతీర చింతారత్న గృహచంద్ర
కాంతశిలాతలకలితకువల
పర్యంక జానకీభామావినోదిని
శ్రీరాఘవుని మనోవారిజమున
భావించి పూజలు గావించి సేవించి
పులకితగాత్రుఁడై పూర్ణమోద
బాష్పబిందుస్థగితనేత్రపద్ముఁడగుచు
బ్రిత్యహము రామమంత్రజపంబు సేయు
నా రఘువభక్తజనాగ్రగణ్యుఁ
డనఁగ జగపతిరాజు విఖ్యాతిఁ గాంచె.

చ. పదములుఁ గీర్తనల్ రుచిరపద్యశతంబులు రాగమాలికల్
మృదుపదదండకంబులు సమిద్ధగతిన్ రచియించి కామిత
ప్రదునకు భద్రశైలరఘుభర్తకుఁ గానుకగా నొసంగె నా
త్రిదశులు మెచ్చగా జగపతిప్రభుచంద్రుఁడు భక్తిపెంపునన్.

గీ. పుణ్యవత్సవయాన్వయాంభోధిచంద్రుఁ
డైన జగపతినృపతి యర్ధాంగలక్ష్మి
యుభయకులకీర్తిసంధాయి శుభచరిత్ర
యలరు సీతమ్మ శిరులచేఁ గలిమికొమ్మ.

సీ. దమయంతి కైవడి రమణుని సేవించె
రుక్మిణివలె భాగ్యరూఢి గాంచె
ననసూయపోలిక నన్ని నోములు నోచె
వాణిరీతిఁ బవిత్రవాణి యయ్యె
వినతచందంబున వినుతశీలముఁ బూనె
రోహిణీకరణి సద్రుచి వహించె
భూదేవి మాడ్కి సొంపుగఁ దాల్మి చేమించె
మిత్రసూ్న నెరపెడు సుమిత్రభాతి
నన్నదానము లిడె విశాలాక్షి భంగి
భూప్రజలఁ గల్పలతవోలె బ్రోదిసేసె
దంతులూరి రామభూవరోత్తముని పుత్రి
ఖ్యాతసద్గుణనికురంబ సీతమాంబ.

శా. సీతాదేవికి సాటియైన సతికిన్ సీతమ్మకున్ విక్రమ
ఖ్యాతిన్ రాఘవతుల్యుఁడౌ జగపతిక్ష్మాభర్తకున్ బుత్రుఁడై.

చేతోజాతసమానమూర్తి జనియించె న్వ్యాసవాంశంబునన్
శ్రీతిమ్మప్రభుసార్వభౌముఁడు ధరాసీమంతినీకాంతుఁడై

శా. దేవబ్రాహ్మణభక్తికిన్గృహము విద్వేషిక్షమాజానిసే
నావారాశికి మందిరాద్రి గుణరత్న శ్రేణికాధాగము
ర్వీవామాక్షికిశోభనాశ్రయము దోర్వీశ్రాంతికిన్బ్రావు వి
ద్యావిత్తంబులరాశితిమ్మనృపుఁడేతన్మాత్రుఁడే యెన్నగన్.

ఉ. శైలము సర్వలోకసురసంఘనికేతనమైన మేరువే
సాలముయాచకాభిమత సంపదలిచ్చుసుపర్వభూజమే
శీలముసజ్జనోపకృతిసేయగజాలుచరిత్రమేమహీ
పాలుడులోకరంజన కృపాలుడు తిమ్మనృపాలుడేభువిన్.

సీ. సిరిగందమునదావి విరివినొందినతీవి
మవ్వంపుగొజ్జంగిపువ్వునీట
జలుపజొబ్బిలురీతిదలువలచెవియందు
తళతళవెన్నెల వెలయుభాతి
జిలికికడాని పైడికి జగాజిగిమాడ్కి
మీరి చీనావంచదారపాన
కమునఁదియ్యఁదనంబుకై వడి దలపుమా
నికమునానంబు నెగడుకరణి
వత్సవయతిమ్మభూపాలవరునియందు
బండితాశ్రితవరకవిపక్షపాత
గుణమునహజంబుగాగ బాగుగ్గరచించి
ధర్మనిర్మాణగుణశాలితమ్మిచూలి.

చ. ఘనుని సృజించి వెండియు సుకల్ప మహీరుహ కామధేనులన్
మొనసి సృజించి కర్ణశిబిముఖ్యుల నెల్ల సృజించి ప్రౌఢుఁడై
వనజభవుండు వత్సవయవంశమునందు సృజించె నేర్పునన్
ఘనతరనిత్యదానగుణగణ్యునిఁ దిమ్మనృపాగ్రగణ్యునిన్.

గీ. అసురబాణాద్రులకు మున వాద్రితతికి
మఱియు శైలాద్రులకు హెచ్చుమహిమఁ గాంచె
వత్సవయతిమ్మ జగతీశ్వరుని మహిత
వితరణద్యుతిధీర తావిలసనములు.

శా. బాలామన్మథ వత్సవాయకులశుంభద్దీప్రుడౌ తిమ్మభూ
పాలుండాశ్రితసూరి సంఘములకున్ బల్మారు తానిచ్చు మేల్
శాలూలుం గనకాంబరంబులును భూషారత్న సద్వస్తువుల్
లీలన్ శ్లోకములు వేయుగల్గు ఫణియున్ లెక్కింపగా నేర్చునే.

ఉ. వేలకు వెల్తిలేని జవాలు విస్తృతపురాసులు గోసహస్రముల్
మేలగురత్నహారములు మిక్కిలిసొమ్ములుఁ బాఁకీలు హా
లూలుగు అశ్వాలు నందలములున్ భువనోన్నతభోగవస్తుల్ నగా
రాసులుగల్గెఁ దిమ్మనృపరత్నము ప్రాపున రాచవారికిన్.

ఉ. శ్రీయుతుఁడై మహాపురుష శేఖరుడై ప్రియదారపుత్రదీ
ర్ఘాయురుపేతుఁడై నృపసమర్పిత సైంధవగంధసింధురో
పాయనపూర్ణుఁడై సిరికిఁ బ్రాపయి వత్సవయాన్వయార్ణవా
త్రేయుడు తిమ్మభూవరవరేణ్యుడు రాజ్యము లేలుఁగావుతన్.

వ. ఇవ్విధంబున శ్రీరామాపరాజపురందరుని సంతానంబు వర్ధ

మానంబయ్యె. ఇమ్మహారాజులయిన గోపాలరాజ నాము
చంద్రిన కేంద్రిలసంతతిశ్రీనుంబు వర్ణించెద.

క. సూరపమహీపతియు నీ
తారామన్నృపాలమణియు దాసఘనుండున్
శ్రీరామచంద్రరాజును
ధీరులుగోపాలరాజ దేవేంద్రినుతుల్.

సీ. వివిధార్థిసకలార్థవితరణదక్షులు
తపనకుమారుండీ ధరణిపతియు
సత్యవాక్యప్రతిష్ఠాపనాచార్యులు
ధర్మసుతుండు నిద్ధరణిపతియు
సంగరరంగప్రశస్త శౌర్యాధికుల్
దానకారియును నిద్ధరణిపతియు
దరుణీమణీమనోహార రూపశాలులు
విరివింటి జోదునిద్ధరణిపతియు
ననుచుందనగుణసంపద లనుదినంబు
పాఠకులువర్ణనము నేయంబ్రభవహించె
భాగ్యనిధివత్సవాయ గోపాలరాజ
నందనుండు సూరరాజపురందరుండు.

శా. ఆసూరప్రభుమాళిపుత్రుడు మహోదారుండుశూరుండువి
ద్యాసర్వజ్ఞుండు బంధుసమ్మతుడు మేధా దేవతామంత్రినా
రీసూనాస్త్రిడు బ్రస్తుతింపగదగున్ శ్రీరాజగోపాలుడు
ల్లాసప్రోజ్జ్వల మానసాంబుజుడు లీలామానవుండుర్వరన్.

సతియుతులు సీతారామ నృపునిసుతులు
ఘనుడు సూరపరాజు వేంకటవిభుండు
జగ్గరాజునుహరిహర. జలజసంభ
వాంశజనితులుబంధు జనానుసుతులు.

ఉ. ఇందుపురందరాశ్వగిరిజేశ్వర చందనకుంద తారకా
బృందసమానకీర్తి రిపువిభీషణపౌరుష శాలిదేవకీ
నందనవందన వ్రతధనంజయుడంబురహోదరప్రభా
సుందరమూర్తివత్సవయసూరనృపాలుడు రాజమాత్రుడే.

ఉ. వేంకటశైలనాయకుని విష్ణునిభూరికృపాంబుధిన్ మనః
పంకజసీమనిల్పిదృఢభక్తినిపూజలుసేయుధన్యుని
శ్శంకుని మందహాసవిలసన్ముఖపద్ముని మెచ్చవచ్చుశ్రీ
వేంకటరాజశేఖరుని విశ్రుతవత్సవయాన్వయోత్తమున్

ఉ. అగ్గలమైనయుద్ధదురహంకృతిచే నెదిరించు వైరులన్
దిగ్గుననుగ్గుసేయగల ధీరులకగ్రసరుండుతద్దయున్
బెగ్గిలివేడుచున్న రణభీరుల బ్రోచుదయావయోధిశ్రీ
జగ్గనరేశ్వరుండతనిసాటి ధనంజయుడెంతతలంపగన్.

వ. అందు.

మ. ఘనుడౌసూర్యనృపాలశేఖరునకుర్ణ గాంభీర్యరత్నాకరుల్
దనయుల్ధన్యులుసంభవించిరి దయాదాక్షిణ్యసంశోభితుల్
వినయశ్రీనిధి జోగిరాజమణియున్ విఖ్యాతసౌందర్యనూ
తనమీనాంకుడనంగసొంపమరు సీతారామరాజేంద్రుడున్.

వ. అందు.

ఉ. దాతలలోన మేటి హిమధాముడు సోమునికన్న గల్పభూ
జాతము పెద్దచంద్రసురశాఖలకన్నను మేలుబంతిరా
ధాతనయుండు రాజవిబుధద్రుమకట్టలకన్న దానవి
ఖ్యాతుఁడ వత్సవాయకులగణ్యుఁడు జోగినృపాలుఁడిమ్మహిన్.

ఉ. రాజులలోన దేజమునరాజిలు జాణకవిత్వవిద్యచే
భోజుడు పాలితాంధ్రశకభోజకలాట కళింగవంగ కాం
భోజుడు మందహాసరసపోషిత భాషితభూషితాననాం
భోజుడు వత్సవాయకులపూజ్యుడు జోగినృపాలుడెన్నగన్.

గీ. ఈగిరాజుకన్న హెచ్చునగా వచ్చు
జోగిరాజుకన్న బుద్ధిశాలి
భోగిరాజుకన్న భువనంబులో నెన్ని
చూడవత్సవాయ జోగిరాజు.

క. పాలిచ్చు కామధేనువు
పూ లెవ్వఁకునిచ్చు గల్పభూజము సొమ్ముల్
శాలూలు వేలకొలది వ
రాలుగఁ దాలిచ్చు జోగిరాజేంద్రుఁడిలన్.

శా. వీరాగ్రేసరుఁడై పవిత్రావనిధియై విద్వజ్జనస్తుత్యుఁడై
పారావారగభీరుఁడై రిపుచమూపాలచ్ఛిదాదక్షుఁడై
సూరత్నాపతిపుత్రుఁడై మహిమచే సొంపొందు ధన్యుండు సీ
తారామక్షితినాథశేఖరుఁడు సీతారామతుల్యుండిలన్.

క. జగదేకవీరుఁ డితఁడని
జగములువర్ణింప ధైర్యశౌర్య ప్రౌఢిన్
బొగడిపాలించెన్నఖిలరా
జిగిమిగులగవత్సవాయ సీతాన్నమహీట్.

క. ఎన్నదగువత్సవయకులా
రన్నకసుతుడైన జోగిరాజేంద్రసుతుల్
సన్నుతచరితులు గుణసం
పన్నులు సూరనరనాథ బలభద్రనృపుల్.

ఉ. భోగముసౌఖ్యముద్ధృతియుపుణ్యమువైభవముజ్జిరాయువున్
శ్రీగురుభక్తియున్యశము జెల్వము మేలును గల్గినతుడో
ద్యోగసమగ్రుడై సుతులతో సిరితోసుఖయించుగాత శ్రీ
జోగినృపాలనందనుడు సూరపరాజు మహోన్నతస్థితిన్.

ఉ. ధాతకుసాటి విద్యల బుధస్తుతవిక్రమయుక్తి చేతమాం
ధాతకుసాటి యీవి జలదాతకు సాటి సుకీర్తిచేనిశా
నేతకుసాటియైతగిన నేర్పరియై బలభద్రరాజువి
ఖ్యాతివహించె నౌర మనుజాధిపతుల్దన భాగ్యమెన్నగన్.

మ. వినయోపేతులు వేదమూర్తులధికుల్ వెంకయ్యకున్నందను
ల్ఘనుడౌ వేంకటకృష్ణుడున్ సులలితాకారుండుసీతన్నయున్
జినజోగిప్రభుచంద్రుడున్ సుకృతియౌశ్రీసూర్యరాజేంద్రుడున్
వనజాతాక్షు చతుర్భుజంబులగతిన్ వర్ధిల్లిరభ్యున్నతిన్.

సీ. విష్ణుపూజాభివర్ధిష్ణుండు సంగ్రామ
జిష్ణుండు వేంకటకృష్ణఘనుడు

ప్రసన్నవిభాలుఁడాపన్నరక్షకుఁడుసం
పన్న శేఖరుఁడు సీతస్వ
భోగదేవేంద్రుఁ డభ్యాగతస్తుమాముఖుం
వాగీశతుల్యుఁడు జో
రాజీవబాంధవతేజుఁడు సత్కళా
భోజుఁడుసూరపరాజన్య
వత్సవయవేంకటపతీశ్వరుని సుతులు
భువనసన్నుతచరితులు పుణ్యమతులు
వార్త కెక్కిరిసకల భూవరసభాంత
రములవిద్వజ్జనంబులు ప్రస్తుతింప.

గీ. రామచంద్రమహీపాల రత్నముసుతు
నుతులుగోపాల కృష్ణభూపతియుఁ బేర
రాజమకాళియు రఘునాథ రాజనంగ
జాలవిఖ్యాతిఁగాంచిరి సభలలోన.

క. గోపాలకృష్ణభూపతి
గోపాలస్వామికృపను గుణసాగరుఁడై
దీపించె సాధుజనర
క్షాపారీణప్రభావ సామ్రాజ్యమునన్.

శా. శ్రీకాంతాంఘ్రిసరోజభక్తినిధియై శ్రీవ
త్సోకుండై బహుధర్మకార్యపరుఁడై సుశ్లో
రాకాచంద్రసమానకీర్తియుతుఁడై రా
లోకుల్మెచ్చఁగ హెచ్చె బేరనృపుఁడుల్లోక

గీ. అగ్రజన్ములయందు నిజాగ్రజన్ము
లందుఁ గడుసముద్రుఁడై పేరుఁ జెందెనౌర
రామచంద్ర నరేంద్రు గారాపుసుతుఁడు
రమ్యగుణశాలి రఘునాథ రాజమౌళి.

గీ. తిమ్మనృపురామచంద్రు ధాత్రీవిభునకు
బుత్రులిద్దరు త్రిభువనాద్భుత చరిత్రు
లందుఁ బెద వేంకటాద్రి రణార్జునుండు
విష్ణుసమవిక్రముఁడు చిన వేంకటాద్రి.

గీ. పేరభూపాలమౌళికిఁ బ్రియతనూజుఁ
డైన చినజగ్గనృపతికి సూనుఁడగుచుఁ
బేరుగాంచెను దమతాత పేరుపూని
పేరభూపతి వితరణ సౌరశాఖ.

శా. ఆ పేరప్రభునందనుండు రిపుబాహాగర్వ నిర్వాపణ
వ్యాపారాభిరతుండు గర్ణశిబిదుగ్ధాంభోధివిశ్రాణనా
టోపత్షేవకనిత్యదాన మహిమాఢ్యుండాదిగర్భేశ్వరుం
డాపూర్ణస్థిరకీర్తి జగ్గవసుధాధ్యక్షుండుద ండిలన్.

వ. ఇది శ్రీపేరరాజచంద్రుని సంతతిక్రమంబు. ఇటమీఁదఁ
పెదవేంకటపతిరాజు సంతతిక్రమంబెట్టిదనిన.

క. పెదవేంకట భూవరునకు
సుదతీమణియెల్లమకును శూరవరేణ్యుం
డుదయించెఁ బుత్రుఁడుజగ
ద్విదితుఁడు పినబాపిరాజు తేజము వెలయన్.

గీ. ప్రకటయశుఁడగు పినబాపరాజుసుతులు
రామభూపాలుఁడును వెంకటభూమిపతియు
బాపిరాజును శాశ్వత భాగ్యనిధులు
వారలకు వారలేసాటి వసుధలోన.

గీ. పుణ్యమతిచిన వెంకట భూవరునకు
శుభచరిత్రిముమ్మప్పకు సుతుఁడుపుట్టె
శత్రుమర్త్వర్గపర్వత శాంతిహేతు
హేతిశతకోటిజగ్గరాజేంద్రుఁడనఁగ.

గీ. జగ్గనృపసుతుల్ వెంకటజనపతియును
ఘనుఁడు మంగళగిరిరాజు వినయశాలి
బొజ్జవెంకన్నయును కృష్ణభూభుజుండు
చాలవినకరిఁగాంచిరి జగములోన.

వ. అందు.

క. వడిగల గుర్రపురౌతుల
బొడిచెను గోపాలరాజపుంగవునెదుటన్
గడు పేరుగాంచె నళిక
వ్వడినలె వేంకటవిభుండు వరశౌర్యమునన్.

గీ. విక్రమార్కుండె సాహసవిభవయుక్తి
ధరణిరేఁడవకర్ణుఁడె దానశక్తి
విజయుఁడే కృష్ణచరణారవిందభక్తి
జగ్గనృపువెంకటక్షమాజానిభళిరె.

చ. పులిఁగనుగొన్న జింకగమిపోల్కి మహాభయకంపితాంగులై
తొలఁగుదు రాహవక్షితిని దుష్టవిరోధివరూధినీపతుల్
బలవదహీంద్రసన్నిభ కృపాణభయంకరవత్సవాయసుం
గళగిరిరాజపుంగవుని గాంచి నిరస్తసమస్తధైర్యులై.

గీ. బొజ్జవెంకన్నగారికి నిజ్జగమున
పాటియగుశౌర్యశాలి కిరీటియొకఁడు
కృష్ణనృపతికి రిపుగజకేసరికిని
భీమసేనుండెసాటిసంగ్రామమహిమ.

గీ. భాగ్యసహితులు వెంకటప్రభునిసుతులు
శ్రీజగన్నాథధరణీశ శేఖరుండు
ఘనుడువెంకటపతియు వెంకటపతియన
బరగు పెనుమాళ్ళరాజును బ్రౌఢమతులు.

వ. అందును,

సీ. వ్యాఘ్రేశ్వరస్వామి వరదుడై కృపతోడఁ
దోడమాటాడునేప్రోవతోడ
మూళ్ళూందళపద్మనీలాబ్జకోటుల
హారునిబూజించె నే ధరణిభర్త
మృష్టాన్నసత్రంబులీశ్వరప్రీతిగాఁ
గల్పించెనేరాజు కాశిలోన
గజవాజిరత్న సంఘములిచ్చి దేశాధి
పతులుసేవింతు రేభాగ్యవంతు

సతతము ప్రతిదినవిహితదానాదికంబు
పూరసముదయసంయోగభూరివర్ధ
శార్వవుఁడు వేంకటక్షితీంద్రాగ్రసుతుఁడు
పొగడఁదగు వత్సవయ జగ్గభూవరుండు.

సీ. పరిపూర్ణజలపద్మపద్మాకరంబులుఁ
దరవించె బెక్కులు తగినయెడల
యోజనవిస్తారయుత బహుఫలవృక్ష
వాటికల్నిర్మించె వసుధనెల్ల
అలిసదావృత్తి గొల్లలమామిడాడలో
నిల్పి తైర్థికులను నెమ్మిఁబ్రోచె
రాజమహేంద్రపురంబున ద్వాదశీ
భోజనసత్రంబు బొంకపఱచె
మఱియును బుల్లేటికుర్తిలో మంటపములు
గోపురంబులు శివునకు ధూపదీప
సకలభోగోపచారముల్సంఘటించె
ధన్యుఁడగు వత్సవయజగ్గధరణివిభుఁడు.

ఉ. సాహసవిక్రమార్కుఁడని సర్వనృపాలురుప్రస్తుతింప ను
త్సాహముఁబూనికార్యములు చక్కగదిద్దినిజాముచేత స
ద్వాహనభూషణాంబరసువస్తుతతుల్బహుమానమందె శ్రీ
షాహినుతింపఁగావలె సహస్రముఖంబుల జగ్గభూవరున్.

చ. కవికులసార్వభౌముఁడనఁగాఁదగు నేనుగలక్ష్మణార్యుచే
ధ్రువచరిత్రప్రబంధము బుధుల్వినుతింపఁగనందిభోగభూ

గ్భవనమహాసుఖానుభవకారణమైనయశంబుగాంచె వా
సవవిభవుండు వత్సనయ జగ్గనృపాలుఁడు సద్గుణోన్నతిన్.

గీ. ఇలను శాస్త్రోక్తమగు ధర్మమెంతకలుగు
నంతయును సంగ్రహించి మహాధనంబు
పగిది నగ్రాణములనించి పదలపఱచె
జగ్గశౌరికి సాటియె జగతి నృపులు

క. కడలి పెనువలువఁ దాల్చిన
పుడమికి నొడయుఁడగు తిమ్మభూపతికెపుడున్
కుడిభుజమై వర్తించెను
గడుధన్యుఁడు జగ్గరాజు ఘనభాగ్యమునన్.

ఉ. బుద్ధిని రూపసౌష్టవవిభూతిసమృద్ధిని మంత్రసిద్ధిసం
సిద్ధిని దండ్రితోసముఁడు శేషునితోసముఁడంబుశోక్తులన్
యుద్ధని రూఢిపార్థసముఁడూర్జితకీర్తివహించెమేల్భళీ
రుద్ధగుణుండు వెంకటపతీంద్రుడు కారణజన్ముఁడిమ్మహిన్.

వ. అతని సోదరుండు.

సీ. బంధుసముద్రుండు బలబలభద్రుండు
విజ్ఞాననిలయుఁడు విదితనయుఁడు
గురుభక్తిపూర్ణుండు వరదానకర్ణుండు
విబుధరక్షణవతిఁ విమలకీర్తి
శేముషీఫణిరాజు కామినీరతిరాజు
సుస్థిరాయుర్వృద్ధిసూత్మబుద్ధి

కాంతిసుధాసూతి ఖడ్గహతారాతి
యఖిలార్థవేది విద్యావినోది
యనుచు బుధరాజ బాంధవు లనుదినంబు
దనగుణంబులు వర్ణింపధరణి యేలె
వత్సవయ వెంకటకృష్ణమావరుని సుతుండు
ప్రణుతరుచిహేళి పెరుమాళ్ళ రాజమౌళి.

గీ. వత్సవాయ జగన్నాథవసుమతీశు
ననుగు పట్టపుదేవియై యతిశయిల్లె
హరికి సిరివలె హరునకు గిరిజవోలె
రమ్యసద్గుణనికురంబ రంగమాంబ.

సీ. ఆరంగమాంబామహాదేవికిని వత్స
వయ జగన్నాథ భూవల్లభునకు
వెంకటేశ్వరకృపావిభవంబుచే సంభ
వించిరిసుతులు ప్రవీణమతులు
వినుతవాక్ఛణిరాజు వెంకటపతిరాజు
రారాజు వెంకటరామరాజు
పండితేందప్రస్తోత్రపాత్రమహాధైర్య
గిరిరాజు వెంకటకృష్ణరాజు
బ్రహ్మవిష్ణుమహేశ్వర ప్రతిములనంగ
నలవసంతజయంత సుందరులనంగ

ఁగినపుణ్యులుమానవోత్తమశరణ్యు
లానతనృపప్రవర్ధనుల్ దానఘనులు.

వ. అం దగ్రజుండు.

చ. కరుణాకరుఁ డాదు విష్ణుపదకంజయుగస్థిరభక్తి కాశ్రియం
బురుతరనీతికి న్నిడిద యాజ్ఞితకీర్తికిఁ బట్టుఁగొమ్మ భూ
సురులకు వజ్రపంజరము శోభనసంపదకెల్లఁ గేళిమం
దిరము భళీ రె వెంకటపతి ప్రభురత్నము రాజమాత్రుఁడే.

ఉ. ఆయన సోదరుండు వసుధామరవాంఛితవస్తుదానరా
ధేయుఁడు సత్కవీశ్వర విధేయుఁడు సంగరరంగశౌర్యగాం
గేయుఁడు పారక ప్రవరగేయుఁడు వెంకటరామభూవరుం
డాయతసాహితీరసపరాయణుఁ డద్భుతశీలుఁ డెన్నఁగన్.

శా. ఆ రాజద్వయి సోదరున్ రిపునృపాహంకారవిన్యక్తమో
వారచ్ఛేదనజాగ్రదుగ్రతమ గుర్వారప్రతాపార్కున
జ్ఞారిస్వర్గతరంగిణీ సమసఖ్యాపూత లోకత్రయున్
వీరున్ వేంకటకృష్ణరాజు ననఘున్ వేమారు నెన్నందగున్.

సీ. శ్రీకృష్ణుఁ డీధరిత్రీజానిదీనికి
సంభృతాచలుఁ డౌట సాక్షిగాదె
విజయుఁ డీమేదినీభుజుఁడు దీనికినర్జు
నసమాఖ్యుఁ డౌట మానంబుగాదె
దేవేంద్రుఁ డీరాజు దీనికి రిపుబలా
ర్దనుఁ డౌటయదినిదర్శనముగాదె

భానుఁ డీధారుణీభర్త దీనికి సార
సహితుఁడై యుంట సూచకముగాదె
యనుచు విద్వాంసు లూహింప నధికధైర్య
చాపనైపుణ్యభోగ ప్రతాపములను
వెలసె శ్రీవత్సవయ జగ్గవిభునిసుతుఁడు
జిష్ణువిభవుండు వెంకటకృష్ణవిభుఁడు.

శా. జ్యౌతిష్కుల్ హయవైద్యశాస్త్రకుశలుల్ సాముద్రికుల్ [శాబ్దికుల్
శ్రౌతు ల్గానకళావిదుల్గొలువగా సర్వారిభూనాయకుల్
జేతుల్ఫాలములందుఁజేర్చి ప్రణతుల్సేయంగఁగొల్వుండువి
ఖ్యాతిన్వెంకటకృష్ణభూవరుడు భోజాధీశుచందంబునన్.

సీ. నలినసంభవుని పైదలివేణికాభరం
బనబొండుమల్లియ పూవుదండ
కనకాచలేంద్రచాపునిమనోహరగళ
స్థలమున నిర్మలస్ఫటికసరము
చలువరాయని సువిశాల బాహాంతర
తనమున నాణిముత్యాల పేరు
భోకోగిరపుజడదారివల్లకిమీద
లాలితధవళ నిచోళకంబు
నగుచు నాత్మీయకమనీయయశము గొనుచు
తత్తదుచిత దేశపరిష్కార యుక్తి మెఱయ

వసుధ పాలించె శ్రీవత్సవాయకులాబ్ధి
చంద్రుఁడైనవెంకటకృష్ణజనవిభుండు.

క. అటునిటుఁ బోనేరకసం
కటవశివిధిదూరి పూరిగరతురురణలం
పటుభటులు వత్సవయవెం
కటకృష్ణుని చేతిహేతిఁ గనుఁగొనభీతిన్.

క. అవెంకటకృష్ణధరి
త్రీవిభుఁడువరించె సుందరీదేవిని ల
క్ష్మీవారిరుహదళాక్షిని
శ్రీవిష్ణువుమోదమున వరించినకరణిన్.

ఉ. పంకజమిత్రతేజులుఁ గృపాపరిపూర్ణులు సుందరాంబకున్
వెంకటకృష్ణశౌరికి జనించిరి పుత్రులుఁయుద్ధరంగని
శ్శంకులు శత్రుభైరవలసద్బిరుదాంకితులు రమ్యమానమీ
నాంకులుజగ్గరాజనుగుణాఢ్యుఁడు రాఘవరాజచంద్రుఁడున్

వ. అందు,

చ. గెలుపులఁగీర్తి దిగ్విదితకీర్తినునుంబులపొత్తికూళరా
దళములకంఠపాళియును తామరకున్ మదహస్తిదాయులన్
బలిగొనుమిత్తిద్విట్తిమిరపంక్తికి భానులుదీపవర్తిని
శ్చలగుణవృత్తివన్నెవహించుజగ్గనృపాలునికత్తిమేల్భళీ.

ఉ. ముగ్గురువేలుపుల్దనకుమూర్తులుగాఁగ జగన్నిదానమై
యగ్గలమైచెలంగు నిగమార్థమెఱింగిన పుణ్యవర్తికిన్

దిగ్గజతుల్యభుజామూర్తికి సుధీనుతకీర్తికి వత్సవాయ శ్రీ
జగ్గనృపాలచంద్రునకు శాశ్వతధర్మము గల్గెనెన్నఁగన్.

క. నటనవటుధూర్జటిజటా
కటాహరట దమరతటిని కావిచిఘటా
స్ఫుటరుచులు వత్సవయ వెం
కటకృష్ణుని జగ్గరాజు ఘనతరకీర్తుల్.

క. ఆ జగ్గరాజుతమ్ముఁడు
భోజుఁడువిద్యల విరోధిపూజితపాదాం
భోజుఁడు భళిశ్రీరాఘవ
రాజువిరాజిల్లు నృపతిరత్నంబనఁగన్.

చ. నెలకొకమారు విప్రులకునిశ్చలభక్తిని రెండువేలకున్
పలకలమాన్నభక్ష్యఘృతపాయస ముఖ్యపదార్థకోటితో
మెలఁకువభోజనంబొసగు మిక్కిలిదక్షిణలిచ్చిమ్రొక్కు,ని
ర్మలతకీర్తి వత్సవయ రాఘవరాజు మహోన్నతస్థితిన్.

ఉ. బాహుబలంబుమీఱఁగ నబాబులతో నెదిరించియాహవో
త్సాహమువిస్తరిల్ల జయసంగతుఁడై పరదేశనాయక
వ్యూహముతల్లడిల్లఁగమహోన్నతిఁగాంచి సమస్తరాజ్యని
ర్వాహమొనర్చెవత్సవయరాఘవరాజునృపాలమాత్రుఁడే.

సీ. భాస్వత్కులప్రదీపకమూర్తి యనఁబొల్చి
పరిఖ్యాతసహజసంపద దనర్చి
నిజధర్మసంప్రాప్తవిజయోన్నతివహించి
లేఖరాజాత్మజులీలగెల్చి

పరవాహినీశభీకరవిక్రమునుజూపి
హారిసహాయతిశత్రువరులనడంచి
ధీరాభివంద్యపార్థివలక్ష్మితోఁ గూడి
యచలితగురుభక్తి నతిశయిల్లి
యాశ్రితులఁ బ్రోచు కౌశలంబధిగమించి
సకలసద్గుణమణిగణజలధియగుచు
నెస్సె వాఘాన్వయంబున వన్నెకెక్కె
బ్రకటబలశాలి రాఘవరాజమౌళి.

ఉ. స్నానముసంధ్యయుజ్జపముశంకరపూజనపాదపంకజ
ధ్యానమురామభారతకథాశ్రుతిపానము విప్రపూజయున్
దానముధర్మముల్ప్రతిదినమును మానకచేయుచుండునా
రా జధర్మవర్తనుఁడు రాఘవరాజపురందరుండిలన్.

సీ. ఫలభూజవనములు బహుతటాకంబులు
దేవాలయంబులుదీర్ఘికలును
బ్రహ్మప్రతిష్ఠలుంబ్రతికార్తికారబ్ధ
భవ్యాజ్యలక్షదీపవ్రతములు
వ్యాఘ్రేశలింగసేవామహోత్సవములు
నిరతాన్న దానంబుగురుసపర్య
సిద్ధలమార్గపానీయశాలావిని
ర్మాణంబుబుధబంధురక్షణంబు
మొదలుగాధర్మములుజగద్విదితముగను
హెచ్చితమతాతవలె సంగ్రహించెనొక

వీర వెంకటకృష్ణభూవిభుని సుతుఁడు
వత్సవయ రాఘవక్ష్మావల్లభుండు.

గీ. వెంకటనృపాలతనయుండు వెంకటపతి
యనఁగఁదగినట్టిపెరుమాళ్ళమనుజభర్త
దాననిపుణులఁబంచనందనులఁ గనియెఁ
గల్పతరువులఁగన్న పాల్కడలికరణి.

వ. అందు.

చ. సురపతితుల్యభోగియగు జోగినృపాలుఁడు పంచబాణనుం
దరుఁడగు జగ్గరాజువదాన్యులలోపల నగ్రగణ్యుఁడౌ
తిరుపతిరాజు మేరునగధీరుఁడు పాపయరాజు సద్గుణా
భరణుడు వెంకటప్రభుఁడు భాసురకీర్తివహించిరిమ్మహిన్.

వ. అందు.

చ. ఘనుఁడనిబుద్ధిమంతుడని గర్వమొకింతయు లేనిసజ్జనుం
డని కరుణాసముద్రుఁడని యాశ్రితభూసురబంధురక్షకుం
డని జనులెన్నఁగా గుణగణాకరుఁడై పెరుమాళ్ళరాజనం
దనుఁడగుజోగిరాజుగడుధార్మికుఁడై విహరించెఁగీర్తులన్.

గీ. పలుకఁడనుచితంబుఁబరిహాసమునకైన
నిందచేయఁడరులయందునైనఁ
బరమధర్మమూర్తి పెరుమాళ్ళరాజు కు
మారుఁడైన జగ్గమనుజవిభుఁడు

సీ. అనిమొనలోనెదిర్చినవైరివీరుల
సమయించుచో ధనంజయుఁడనంగ

మానినీజనగణమర్మముల్ గరగించి
వలపించుచోఁబచ్చవిలుతుఁడనఁగ
ననివారితముగఁగోరినధనంబులు యాచ
కశ్రేణికిచ్చుచోఁగర్ణుడనఁగఁ
బద్ధతిమీఱకసద్ధర్మవర్తియై
ప్రజలఁబాలించుచో భరతుఁడనఁగ
సనయసముచితవర్తనచతురుఁడనఁగ
నఖిలరాజసభాంతరఖ్యాతిఁగాంచె
వత్సనయ పెరుమాళ్ళభూవరునినుతుఁడు
పూజితమురారి తిరుపతిభూపశౌరి.

ఉ. భావనచేసి శేషనగభర్తనుగొల్వఁగనేర్చుఁజాలసం
భావనలియ్యనేర్చురిపుపార్థివులన్వెడలించనేర్చుభూ
దేవతలన్భజించితగదీవనలెప్పుడునందనేర్చునా
దేవుఁడుగాకశ్రీతిరుపతిప్రభురత్నమురాజమాత్రుఁడే

సీ. కొండంతపొడవగుగుడి సాంబశివునకు
రచియించె ధర్మవరంబులోన
శంభులింగమునకుసంతతోత్సవములు
సకలభోగంబులుసంఘటించె
నచ్చోటసర్వప్రజానంద మొనరించు
ఫలవృక్షవాటికాప్రతతులునిచెఁ
బదివేలుసహకారపాదపంబులుబ్రత్తి
పాటిచెంగటనిల్పిప్రబలఁజేసె

మధురసలిలతటాక నిర్మాణముఖ్య
ధర్మములొనర్చె నాచంద్రతారకముగ
వత్సవయ పెరుమాళ్ళభూవరునిసుతుఁడు
ప్రకటగుణశాలిపాపయ్యరాజమౌళి.

ఉ. లోభములేనిదాత కుశలుండగు ప్రోడ సదాన్నదానసం
శోభితుఁడైన పెద్ద రణశూరుఁడనందగుజాణ సద్యశో
లాభముఁ జెందు మేటి శుభలక్షణముల్గలరాజు శాశ్వత
ప్రాభవుఁడైన వత్సవయపాపయరాజు కృతార్థుఁడన్నిఁటన్.

చ. పలుకుశిలాక్షరంబుదనభావము చందనశీతలంబుగా
సులలితమూర్తియై సుగుణశోభితుఁడై నిరతాన్నదాతయై
యిలఁగలభూసురోత్తములకెల్లను వేడుకతో ధనంబుఁగు
ప్పలుగనొసంగు వత్సవయ పాపయరాజుసమున్నతస్థితిన్.

ఉ. అన్నలకున్విధేయుఁడయి యన్నలకూబరునన్నలాధిపున్
బన్నగరూపుచే గెలుచుఁబ్రౌఢవిలాసుఁడనంగభాగ్యసం
పన్నుఁడనం బ్రసిద్ధిగలపావనమూర్తిని మెచ్చవచ్చునో
మన్నవిభాలుఁడైన పెరుమాళ్ళనృపాత్మజు వెంకటప్రభున్.

వ. అందును.

క. తిరుపతినృపతికిజన్మిం
చిరి వెంకటరామరాజుశ్రీమంతుండౌ
పెదుమాళ్ళ రాజుమిక్కిలి
నరసుకునారాయణాఖ్యజననాథుఁడున్.

క. వెంకటరామనృపాలుఁడు
పంకజలోచనునికృపకుఁ బాత్రుఁడు రణ ని
శ్శంకుఁడు కాంతివిశేషమృ
గాంకుఁడునై వృద్ధిఁ బొందెనంచితకీర్తిన్.

గీ. అమ్మహాత్మునితమ్ముఁడు నమ్రయున్న
ప్రవలఁ బోషించుఁ బెరుమాళ్ళరాజశౌరి
యతనిసోదరుఁడైన నారాయణావ
నీశ్వరుఁడు హెచ్చె భోగసురేశ్వరుండు.

తే. భాగ్యనిధియైన పెరుమాళ్ళపార్థివునకుఁ
దనయుఁడైనట్టి పాపయమనుజపతికి
సుతులు గల్గిరి వెంకటపతియు భాగ్య
శాలితిరుపతిరాజును సాధుహితులు.

క. ఆ వెంకటపతిభూపతి
భావజునకు సాటిరూపభాసురలీలన్
గావలసినవస్తువు భూ
దేవతలకు నిచ్చుఁ దిరుపతిప్రభుఁ డెలమిన్.

ఉ. వెంకటరాజచంద్రునకు నిశ్రితకీర్తికిఁ బుత్రరత్నముల్
బంకజనాభసత్కృపను భాగ్యనిధుల్ జనియించి రార ని
శ్శంకులు మెచ్చఁగాఁ దగిన సద్గుణముల్గలవార లెప్పుడు
న్వెంకనివారు కృష్ణనృపపుంగవుఁడున్ పెరుమాళ్ళశౌరియున్.

వ. ఇది వెంకటరాజేంద్రునిసంతతిక్రమంబు; ఇమ్మహా
త్ముని సోదరుల సంతతిక్రమంబు వర్ణించెద.

క. మంగళగిరిరాజసుతుల్
సంగరనిశ్శంకమతులుజగ్గవిభుండున్
మంగళగిరిరాజునుగుచి
రాంగుఁడు వెంకటనృపాలుడనఁదగు వారల్.

వ. అందు.

గీ. దిగ్గజంబులరీతిదృఢబలవంతులై
యగ్గలముగఁ బ్రబలె జగ్గరాజు
సంగరాంగణమునసవ్యసాచియనంగ
మంగళగిరిరాజుమహిమ గాంచె.

చ. గురువులయందుభక్తియునుగూళలయందువిరక్తియున్మహో
ద్ధురరణవీధిలోనదృఢచోర్యగశక్తియు గల్గుధన్యుడై
సరసులుమెచ్చవత్సవయసత్కులగణ్యుఁడు వెంకటక్షితీ
శ్వరుడుసధర్మవర్తనుఁడువార్తకునెక్కెసభాంతరంబునన్.

గీ. ఆశితప్పుఁడు సేయుఁడన్యాయచింత
వదలఁడెన్నఁడు సన్మార్గవర్తనంబు
బుణ్యుఁడని జనులందఱుఁబొగడనెగడె
రాజమాన్యుండు వెంకటరాజఘనుఁడు.

వ. అట్టి వెంకటరామచంద్రునకుఁ దిరుపతివెంకటేశ్వ
రప్రసాదలబ్ధవిభవభాసురుండగు తిరుపతిరాజశేఖరుండును, సం

గర విజయరాజమాన్యుండగు మంగళగిరిరాజును, దిగ్గజసమాన బలవిశాలుండగు జగ్గభూపాలుండును, శృంగార విజితమకరధ్వజుండగు సింగమహీభుజుండును, మేరుభూధరధీరుండగు పేరసరేంద్రుండును, వియచ్చరవినుతమహానుభావుండగు బుచ్చిరాజును సంభవించిరందు,

చ. శరణనివచ్చువారలకు సత్కృపతో నభయంబొసంగు సం
గర మొనరించు వైరులను ఖడ్గముపాలుగఁ జేసి శూరతన్
సరసులుగాని భూపతులజాడలు మెచ్చఁడు వత్సవాయశ్రీ
తిరుపతిరాజశేఖరుఁడు దేవసమానుఁడు సద్గుణోన్నతిన్.

సీ. పద్ధతిఁ దప్పి దబ్బరమాటలాడఁడు
చెడుగుల దనచెంత జేరనీఁడు
నీతిప్రవీణులై నెగడినదొరలతో
గానిచేయఁడు మైత్రి ఖలులతోడ
ననిలోన జోఁగని మొనకాండ్రనే కాని
కొలువుంచనొల్లఁడు కుటిలమతుల
నడుగుటకన్న నెక్కుడు ధనంబే కాని
కొంచెమియ్యఁడు యాచకులకు నెల్ల
నెంతఘనుఁ డెంతసజ్జనుఁ డెంతశూరుఁ
డెంతవితరణియని రాజు లెన్న మెచ్చె
వత్సవయ వెంకటక్షితివరు నినుతుఁడు
ప్రకటగుణశాలి తిరుపతిరాయమౌళి.

చ. శరనిధిమేఱఁదప్పినను జంఝ్రని చల్లదనంబుదప్పినన్
హరునివరంబుదప్పినను హాటకగర్భుని వ్రాఁతతప్పినన్
సురపతివ్రాలుదప్పినను సొంపునహించిన వత్సవాయ శ్రీ
తిరుపతిరాజశేఖరుని తిన్ననివాక్యముతప్పదెప్పుడున్.

మ. ఫలభూజంబులు దేవతాభవనముల్పానీయశాలావళుల్
విలసత్పూర్ణతటాకకూపవితతుల్ విప్రప్రతిష్ఠాదిని
ర్మలధర్మంబులు సేయుచున్ప్రజలసంరక్షింపుమన్ హెచ్చని
శ్చలభాగ్యోన్నతిఁగాంచె శ్రీతిరుపతిక్ష్మానాయకుండెంతయున్.

క. గంగాతరంగహారిమా
తంగతురంగమభుజంగధరపుంగవసా
రంగాదులఁ బరిహసించున్
మంగలగిరిరాజుకీర్తి మానితరుచులన్.

మ. ఇదిగో హెచ్చుగవత్సవాయకులజుండేకాంగవీరుండుదా
గదనక్షోణికివచ్చె జగ్గధరణీకాంతుండు భేరీరవం
బిదిగో కర్ణకఠోరమై నెగడెదిక్కేనంచు విభ్రాంతులై
పదముల్దొట్రిలఁబూని మేతురునిజప్రాణార్థులై శాత్రవుల్.

ఉ. సారవిహారి వత్సవయ జగ్గనృపాలుని పేరువిన్న చో
వైరినరేంద్రయోధు లనివారితభూరిభయాబ్ధిమగ్నులై
వారకతల్లడింతురట వారిగజంబులు వారిగుఱ్ఱముల్
నీరునుమేఁతనొల్లవఁట నిగ్రియులేదఁని వానికయ్యెడన్.

ఉ. మాన్యములిచ్చువిప్రులకు మత్తిలివచ్చినశత్రుకోటిదౌ
ర్జన్యమునిగ్రహించు గురుసజ్జన బాంధవులందుఁజాల సౌ

జన్యమువిస్తరించునరసత్వము సత్వముగల్గు రాజమూ
ర్ధన్యుఁడురాజమాన్యుఁడువదాన్యుఁడుజగ్గనృపాలుడిద్ధరన్.

ఉత్సాహవృత్తము.

సంగరాంగణమున సవ్యసవ్యసాచియనికళిం
గాంగవంగమగధమాళవాదిదేశపతిసభా
రంగములజనులునుతించఁ బ్రభవహించె వైరిసా
రంగసింహరాజు సింగరాజురాజమాత్రుఁడే.

చ. సలునకుసాటి రూపున ధనంజయుసాటి పరాక్రమంబునన్
గలువలరేనిసాటి మృదుకాంతిని కర్ణునిసాటి యీవిచే
బలరిపుసాటిభోగమునఁ బార్థి వరత్నము వత్సవాయస
త్కులజుఁడు పేరభూరమణకుంజరుఁ డెన్నికకెక్కెనన్నిటన్.

ఉ. బటువులుమేలుచౌకటులుపచ్చలపోగులచంద్రహారముల్
గటకకిరీటవజ్రపతక ప్రముఖాభరణంబులుంబరి
స్ఫుటరుచిహేమచేలములుఁబూనఁగనేర్చినసుందరాంగువేం
కటనృపుపేరభూవరునిగన్గొనఁగావలె వేయుగన్నులర్.

ఉ. కంటకులైనశాత్రవుల గర్వముసర్వము గ్రుంగఁజేసిము
క్కంటిగళంబుపై నలుపుఁగప్పఁగజాలినశుభ్రకీర్తిచే
నింటికిఁబేరుదెచ్చి కడుహెచ్చినధన్యుడు బుచ్చిరాజుతాఁ
గంటికిఱెప్పచందమునఁగాచుగదా ప్రజలనెల్లవేళలన్

వ. ఏవంవిధబహుగుణప్రథితచరిత్రులైన వెంకటధాత్రీశ్వరుని
బుత్రులుచక్రవర్తులకరణిఁబుణ్యమూర్తులగుచుఁగీర్తిగాం
చిరందు.

గీ. సుగుణబలశాలికిఁదిరుపతిక్షోణిపతికి
సంభవించిరిసుతులు విస్తృందర్పితులు
ఘనులువెంకటపతియు మంగళగిరిప్ర
భుండుసింగన్నయును బుచ్చిభూపతియును.

క. ఆయుష్మంతుడు విప్రవి
ధేయుఁడుగనకాచలేంద్రధీరుఁడువిమతా
జేయుఁడు వెంకటపతిభూ
నాయకుఁడభివృద్ధిఁజెందునరపతులెన్నన్.

క. మంగళగిరి నృపుడలమే
ల్మంగాకరుణా కటాక్షమహిమప్రాప్తిన్
రంగత్తురంగమదమా
తంగమహారాజ్య సంపదలవర్ధిల్లున్.

గీ. సింగరాజు ధనాఢ్యుడై చిత్రరత్న
భూషణాంబర ధారియై భోగసౌఖ్య
పుత్రపౌత్ర సమేతుఁడై పూర్ణవిభవ
భాగ్యములుగల్గివర్ధిల్లుఁ బ్రాభవమున

క. వినయము విద్యయుబుద్ధియు
ఘననీతియు కృపయు సత్యఁగలిమియుబలముల్
నెనరును గలిగినయశోవ
ర్ధనుఁడైవర్ధిల్లు బుచ్చిరాజునిరూఢిన్.

గీ. బొజ్జవెంకన్నగారికిఁ బుత్రుఁడైన
ఘనుడు వెంకటపతిరాజు. కాంతిరాజు

భోగమున రాజు విద్యచే భోజరాజు
చారుగాంభీర్యగుణముచే జలధిరాజు.

గీ. ఎన్నదగినట్టి బొజ్జవెంకన్నగారి
తమ్ముఁడగు కృష్ణనృపతికిఁ దనయుఁడగుచు
బుచ్చిరాజు జనించెనా బుచ్చిరాజు
తోడనే పుట్టె సకలసద్గుణగణంబు.

చ. వసుచరితాది పూర్వకవివర్యవినిర్మితకావ్యమాధురీ
రసగుణభారతత్త్వము కరస్థితధాత్రిఫలంబు క్రైవడిన్
బొసఁగ నెఱుంగునే రసికపుంగవుఁ డట్టివిశేష శేముషీ
లసితుని బుచ్చిరాజును గళాకుశలుల్ వినుతింపఁ జెల్లదే.

మ. సదయస్వాంతులు బుచ్చిరాజమణికిన్ జన్మించి రాత్మోద్భవుల్
పెదతమ్మయ్యయుఁ గృష్ణభూపతియు గంభీరుండు జగ్గయ్యయున్
సుదతీమన్మథుఁడైన శ్రీతిరుపతిక్షోణీశ్వరుండున్ జగ
ద్విదితుండౌ పెరుమాళ్ళరాజును మహాధీశుల్ సుధీరక్షకుల్.

వ. అందు.

ఉ. ధారుణివత్సవాయి పెదతిమ్మనృపాలుఁడు వారిరాశిగం
భీరుఁడు మేరుధీరుఁడు సమిజ్జయవిక్రమశూరుఁ డూర్జితా
చారుఁడు ధర్మనిర్మల విచారుఁడు భాసురశుభకీర్తివి
స్తారుఁడు యాచకాభిమత దానవిహారుఁడు రాజమాత్రుఁడే.

ఉ. ఆతనికూర్మితమ్ముఁ డభిమాతినృపాతత గర్వపర్వత
వ్రాతవిభూతి శాతతరవారిశతారుఁడు పారిజాతజీ

మూతదధీచిఖేచర సమున్నతదానకళావిలాసవి
ఖ్యాతుడు కృష్ణభూవరశిఖామణివార్తకు నెక్కెదిక్కులన్.

ఉ. గోవులఁగాచి గోపికలఁగూడి రమించి జగంబువారు మా
యావియనంగ వర్తిలిన యాదవకృష్ణుని కన్న మిన్న వి
ప్రావళి నెల్ల బ్రోచి నియమాన్వితుఁడై ప్రియసత్యభాషియై
శ్రీవిలసిల్లు వత్సవయకృష్ణనృపాలుఁడు సద్గుణోన్నతిన్.

ఉ. రచ్చకు వచ్చి శ్రీవిజయరామనరేంద్రుఁడు చేతఁబట్టి తా
నిచ్చిన హాటకాంబర సమీహిత ఘోటకభూషణావళుల్
హెచ్చిన వేడ్కతోడ నుకవీంద్రులకున్ బహుమానయుక్తిగా
నిచ్చుల మేటి వత్సవయకృష్ణనృపాలుఁడు రాజమాత్రుఁడే.

క. ఆకృష్ణనృపతితమ్ముఁడు
శ్రీకరుఁడగు జగ్గరాజు సింహము కరులన్
ఢీకొని భేదించుగతిన్
బ్రాకడరిపుసైన్య పతుల బరిమార్చు వడిన్.

క. ఆజగ్గరాజు తమ్ముని
తేజోబలవిజిత సకలదేశాధీశున్
భూజనసమ్మతుఁ దిరుపతి
రాజేంద్రుని మెచ్చవచ్చు రాముని కరణిన్.

క. శ్రీకరుగుణరత్నాకరు
భీకరకరవాల రాహుపీడితసకలం
కాకార రాజమండలు
ధీకలితుని బొగడఁదరమె తిరుపతినృపతిన్.

గీ. అప్పతిరుపతినృపుతమ్ముఁడైనఘనుని
ధీరుబెరుమాళ్ళ భూవరుదివ్య తేజు
జూచియాచించువారికి. సులభముగ ల
భించుసన్నంబు షడ్రిపో పేతమగుచు.

వ. ఇమ్మహాత్ముల సంతతివర్ణించెద.

మ. పెదతిమ్మయ్యకుసంభవించిరిగుణోపేతుల్ సుతుల్ కామినీ
మదనుండౌచినగాజశౌరియును శ్రీమంతుండులత్సయ్యయున్
సదయస్వాంతుఁడు వెంకటప్రభువు విశ్వాసార్హచారిత్రుల
భ్యుదితార్కప్రతిమాన తేజులుజగత్పూజ్యుల్ యశోవర్ధనుల్

చ. స్తుతమహనీయమూర్తులు సుతుల్జనియించిరి కృష్ణశౌరికిన్
రతిపతిసుందరుండు పెదరాజయచంద్రుఁడు సద్గుణైక భూ
షితుఁడగు జగ్గరాజునృపశేఖరుఁడౌ రమణావనీశుఁడున్
క్షితిసురరక్షణార్థము సృజించెఁగదా పరమేష్ఠివారలన్.

క. తిరుపతిరాజు కుమారుఁడు
సరసుఁడు చంద్రప్రచండ సాహూవరతుం
డరికరికేసరిబిరుద
స్ఫురితుండై జగ్గరాజుసొంపువహించెన్.

గీ. రాజమాన్యులు పెరుమాళ్ళరాజసుతులు
బుచ్చిరాజును దిరుపతి భూమిపతియు
దేశమున సూర్యచంద్రులతీరువారు
వార్తకెక్కిరి సకలభూవరులసభల.

వ. ఇవ్విధంబున మంగళగిరిరాజు, బొజ్జ వెంకటరాజు, కృష్ణభూపాలురిసంతతి విస్తరిల్లుచుండె. ఇఁటమీఁదఁ జినప్పల క్షోణీకాంతుని సంతతి వర్ణించెద.

ఉ. అంబుజనాభతుల్యుఁడు చినప్పలరాజపురందరుండు దు
గ్ధాంబుధికన్యఁబోలిన మహానుచరిత్రిమలచ్చమ్మాంబ నం
దంబుగ బెండ్లియైఘనవదాన్యులఁబుత్త్రులఁగాంచె రాజ్యభా
రంబు వహించుజగ్గనృపు రమ్యగుణాకరురాయభూవరున్.

వ. అందు.

చ. ఘనుఁడతఁడెంత దాతలకుకవ్వడి యెంతరణప్రచండుఁడా
మనసిజుఁడెంతసుందరుఁడుమన్మథశాసనుఁడెంతధ్వనియా
ధనపతియెంతవిత్తనిధి దానవినోది చినప్పలయ్య నం
దనునిమహానుభావు నతిధార్మికు జగ్గనృపాలునెన్నచోన్.

ఉ. రాయపరాయచంద్రుఁడుధరాయువతీప్రియవరనుండుగాం
గేయసమాన విక్రముఁడు కీర్తివితానసితాభ్రలిప్తది
జ్ఞాయకనాయికా జనఘనస్తన మండలుఁడభ్రనిమ్నగా
తోయవినిర్మలాత్ముఁడతిదోర్బలశాలినుతింపఁగాదగున్.

ఉ. శ్రీపరిపూర్ణు లార్యనుతశీలురు జగ్గనృపాలునందనుల్
భూపతులెన్న వైభవముఁబూనిరి శ్రీనరసింహుఁడున్ జగ
ద్వ్యాపకకీర్తియప్పల నరాధిపుఁడున్ బుధకల్పశాఖల
క్ష్మాపతిరాజచంద్రుఁడును సింధుపరీత మహీతలంబునన్.

క. అందు నరసింహనృపతికి
నందనులుదయించి సజ్జనప్రియులై పే

రాందిరి జోగినృపుఁడు గో
విందకృపాపాత్రుఁడైన వెంకటపతియున్.

వ. ఆజోగిరాజునకు నసమానశౌర్యసంపన్నుండు నరసరాజును, బచ్చవిల్తునికన్నఁ బ్రసన్నదనంబున నెన్నంవగిన లచ్చి రాజును, భీమసంగ్రామసముద్దామస్థేమవిశాలుండు రామభూపాలుండును, నెమ్మనమ్ములం దనవాక్యమ్ములిమ్ముగా నమ్మిన జనమ్ముల నెమ్మిం బ్రోచుతమ్మిరాజును, వైష్ణవారాధనవర్ధిష్ణుండు గృష్ణనరనాథుఁడును సంభవించి, పాంచజన్యధరుని పంచాయుధంబులకరణిఁ బ్రపంచరక్షణోద్యోగంబునందు వర్తించిరి. అందగ్రజుండగు నరసనరనాథునకు నిశ్శంకబిరుదాంకితుండైన వెంకటప్రభుండు ప్రభవించె. లచ్చభూపతికి సర్వసర్వంసహాధూర్వహుండైన సర్వనృపాలుండుదయించె. రామభూమీశ్వరునకు సముదీర్ణవితరణాకర్ణుండైన కర్ణధరణీకాంతుండు జనియించె. తమ్మిరాజేంద్రునకు హరిహరహిరణ్యగర్భులకెనయైన బాపిరాజ, జోగిరాజ, వెంకటరాజులు ప్రాదుర్భవించిరి. కృష్ణమనుజాధీశ్వరునకు నిరాతంక నిరంకుశనిష్కళంక చరిత్రుఁడైన వెంకటపతిధరిత్రీకళత్రుండవతరించెనంత.

గీ. రాజపూజితుఁడగు జోగిరాజుతమ్ముఁ
డైన వెంకయ్యకు జనించిరాత్మభవులు
భాగ్యవంతులు వెంకటపతియు రామ
కృష్ణుఁడును విష్ణుకృపను వర్ధిష్ణులైరి.

గీ. అందు వెంకటపతిరాజ నందనుండు
ఘనుఁడు రామయ్య లోకవిఖ్యాతిఁగాంచె
నతనిచరిత్రమును గర్ణునిచరిత్రమునొక్క
తీరుదని ధీరజనులు నుతింతు రెలమి

సీ. రామకృష్ణక్షోణిరమణునిపుత్రులు
ధరవినిశ్చలబుద్ధి తిమ్మరాజు
సరసాగ్రగణ్యుండు జగ్గభూపాలుండు
రమణీయమూర్తియౌ రాజనృపతి
బలశాలి వెంకటపతిమానవేంద్రుండు
క్రూరవైరివిదారి గోపశౌరి
గురుభక్తినిపుణుఁడు దిరుపతిస్వామిభక్త
కరుణాంబునిధి రామధరణివిభుఁడు
సప్తకులశైలధీరులు సప్తజలధి
సదృశగంభీరహృదయులు సాధుహితులు
బంధుజన సమ్మతులు విప్రభరణచతురు
లగుచు విఖ్యాతిఁగాంచిరి జగతియందు.

గీ. వత్సవాయచినప్పలవసుమతీశు
తనయుఁడగు జగ్గనృపతికిఁ దనయుఁడైన
యప్పలయ్యకుమారులు మెప్పుగనిరి
పద్మనాభుండు వెంకటప్రభువరుండు.

గీ. పద్మనాభునిపుత్రులు భాగ్యనిధులు
నరసనృపమౌళియప్పలధరణివిభుఁడు

జగ్గరాజును బెరుమాళ్ళు సకలబంధు
జనులపాలింటికల్పవృక్షములు వారు.

వ. అందు.

ఉ. సన్నుతకీర్తియప్పనృపచంద్రునిపుత్రులు ధైర్యశాలిసీ
తన్నయు వెంకటక్షితిపుఁడాశ్రితసేవధిపద్మనాభుఁడు
ద్యన్నయభూరమణుండు నరసన్నయు వేదసమానమూర్తులై
వన్నెయు వాసియుంగలిగి వార్తకు నెక్కిరి భాగ్యసంపదన్.

గీ. జగ్గరాజమణికి సత్పుణ్యశాలికిఁ
బద్మనాభరాజు ప్రభవమొందె
పేరుఁబెంపుగల్గి పెరుమాళ్ళరాజ
పుత్రుండు వెంకటప్రభుండు వెలసె.

క. ఘనుఁడగు నీవెంకన్నకుఁ
బినతాతయనంగ మిగుల పేరెన్నికఁగాం
చిన వెంకటనృపతికిఁ
దనయుండగు బుచ్చిరాజు తద్దయుఁ దనరెన్.

గీ. బుచ్చిరాజేంద్రునకు జోగిభూపతియును
దిరిపతియు వెంకటపతి ధాత్రివిభుఁడు
సుతులుముగ్గురుపుట్టిరి సుకృతయుతులు
వారిసౌజన్యమెన్నఁగావశముగాదు.

వ. ఇటమీఁదజినప్పలరాజేంద్రుని ప్రథమపుత్రుండగు జగ్గ

భూపాలుని తృతీయకుమారుండైన లక్ష్మీపతిమహీవల్ల
భుని సంతతి క్రమంబు వర్ణించెద.

క. సుతుఁడుద్భవించెలక్ష్మీ
పతిరాజేంద్రునకు రాయపప్రభురత్నం
బతనికిఁ బుట్టిరిలక్ష్మీ
పతిరాజునుగృష్ణనృపుఁడు బహుధర్మాత్ముల్.

క. లక్ష్మీపతిరాజ సుతుల్
సూక్ష్మమతుల్ తిరుపతియును శుభగుణలక్ష్మీ
లక్షుఁడు జగ్గయ్యయు సక
లక్ష్మాపతిపూజ్యులధికలావణ్యనిధుల్.

వ. తిరుపతిభూపాలునకుఁ దిరుపతి వెంకటేశ్వర వరప్రసాదం
బున విశంకటనిరాంతకశుభ విభవుండగు వెంకటమనుజేం
ద్రుండుబుట్టె. ఇటమీఁద జినప్పలజగతిమండలేశ్వరునకు
రెండవ పుత్రుండైన రాయపనరాధిపతి సంతతివర్ణించెద.

సీ. రాయపధారుణీరమణేంద్రునకుఁ బుట్టె
నప్పలనరనాథుఁడనఁగ సుతుఁడు
ఘనుఁడానృపాలునితనయుండు రాయప
ప్రభుఁడాయనకు దిమ్మరాజుపుట్టె
నమ్మహాత్ముని పుత్రులధికశూరులుజగ్గ
రాజు రాయపరాజు రాఘవుండు
వరసమున్నతకీర్తి నరసరాజును జిన
రాఘవుండును గుణరత్ననిధులఁ

వార్తకెక్కిరివంశపావనులనఁగ
వసుధనీటునవెలె శ్రీవత్సవాయతిప్ప
రాజుసుతుఁడైన శ్రీజగ్గరాజచంద్రు
వంశమభివర్ధమానమై వన్నెఁగాంచె.

ఉ. తేజముమీఱ వత్సవయ తిప్పమహీశుని సింగరాజు ఘో
రాజిని కుండలీకృతశరాసనుఁడై శరవృష్టి విద్విష
ద్రాజగణంబుపై గురియఁ దామరచూలియుఁ గుండలించు న
వ్యాజవిరోధిఫాలలిఖితాయతజీవిత వర్ణపఙ్క్తులన్.

చ. ఘనతరకీర్తి సింగమహీకాంత శిరోమణికిన్ సమస్తస
జ్జనవినుత ప్రభావగుణశాలినియై తగు కృష్ణమాంబకున్
దనయులు సంభవించిరి నితాంతవదాన్యుఁడు గోరుకొండరా
జునవిజయోపమాన రణశూరుఁడు జగ్గనృపాలచంద్రుఁడున్.

వ. అందు.

ఉ. అవ్వనజారిమౌళినిలయంబగుకొండ సమంబు కీర్తికిన్
గవ్వఁపుఁగొండసాటి రిపుకాండపయోధిమథించు శక్తికిన్
మవ్వపుఁబైఁడికొండ యుపమానము రత్నసమృద్ధికన్యులీ
డెవ్వరు కోరుకొండ మనుజేంద్రుని సద్గుణయుక్తికిమ్మహిన్

చ. సిరిగలవాఁడసంచుఁ దనచేసిన శాసనలేఖ భూపతుల్
శిరములఁ బూనిరంచు ధనసేవధిపూర్ణితరంబు లాత్మమం
దిరములటంచు గర్వము మదిం జొరనీయఁడు సింగధారుణీ
శ్వరునిసుతుండు వత్సవయజగ్గనృపాలుఁడు ధన్యుఁడే కదా.

వ. అందు.

మత్తకోకిల.

కోరుకొండనృపాల శౌరికిఁ గ్రూరవైరివిదారికిన్
ధారుణీజనగణ్య పుణ్యకదంబ యానరసాంబకున్
భూరికీర్తులుధర్మమూర్తులు బుట్టి రిద్దఱునందనుల్
వీరసింహులుసింగరాజును వెంకటాద్రినరేంద్రుఁడున్.

వ. అందు.

క. సింగనరపుంగవునకు ర
మాంగనకెనయైన వెంకమాంబకుఁ దనయుల్
సంగరవిజయులు సదయుల
నంగలిగిరి వెంకటాద్రి నరసింహనృపుల్.

చ. అనఘులు వెంకటాద్రికి దయాంబునిధుల్ జనియించిరాత్మజుల్
సనయులుగోరుకొండమనుజప్రభుఁడున్ గుటిలారిగర్వభం
జనుఁడగు సింగభూపతియు శారదనీరదనారదస్ఫుర
ద్ఘనయశుఁడైనగంగమహికాంతుఁడువిశ్రుతిగాంచిరిమ్మహిన్.

వ. అందు

మత్తకోకిల.

న్యాయశీలుఁడుసింగశౌరికినందనుండుదయించెనా
రాయణాంశమునన్మహీజనరక్షణార్థమువీరనా
రాయణప్రభుఁడాశ్రితద్విజరాజపోషకుఁడుగ్రకౌ
క్షేయకప్రహతారిసైన్యుఁడుశ్రీసమంచితరాముఁడై.

వెంకటాద్రికిఁదమ్ముఁడై విదితుఁడైన
నారసింహునిపుత్రులు ధీరమతులు
రామభద్రుఁడు వెంకటరాజనంగ
ఖ్యాతిఁగాంచిరి రామలక్ష్మణులరీతి.

. ఆరామభద్రనృపతికి
శ్రీరాములకరుణచేఁ బ్రసిద్ధులుపుత్రుల్
ధీరులుగలిగిరి జగ్గ
క్ష్మారమణుఁడు నరసరాజునరసాగ్రసరుల్

. ఆజగ్గరాజుగారికి
తేజోనిధిరామరాజు ధీరుఁడుపుత్రుం
డై జనములు వినుతింపఁగ
రాజై సిరిగాంచె సకలరాజులుమెచ్చన్.

. నరసమానపరాక్రమస్ఫురణగల్గు
నరసనృపతికి వెంకటేశ్వరులకరుణ
సంభవించిరి పుత్రులు జగ్గరాజ
చంద్రుఁడును జోగిరాజును చతురమతులు.

ఉ. అక్షరపక్షపాతము సమంచితమంత్రవిచారరూఢియున్
దక్షతయున్బ్రతాపమును ధైర్యము శౌర్యముఁబ్రజా
రక్షణశీలమున్సమరరంగజయంబును గల్గుమేటి వ
దాన్యుఁడువత్సవాయ నరసాధిపుజగ్గనృపాలుఁడెన్నగాన్.

ఉ. కయ్యఁపుగెల్పు నేర్పునఁగవ్వడితో సరివచ్చుజోడయౌ
తియ్యనివింటిరాయొంటరికిదీఁటనఁజాలినసుందరుఁడయా

నెయ్యులకున్ విధానముయి నీతివహించిన వత్సవాయజ
గ్గయ్యనృపాలుఁడద్భుతగుణాఢ్యుఁడయానృపకోటిలోపలన్.

గీ. అతనితమ్ముఁడు ధైర్యహేమాద్రిరాజు
జోగిరాజుప్రకాశించె సుజనహితుఁడు
తద్గుణంబులు లెక్కింపఁదరముగాదె
నాల్గుమోములుగలిగిన నలువకైన.

క. ఘనుఁడగు జగ్గనృపాలుని
తనయులు వర్ధిల్లి రధికదాతలుగులపా
వనుఁడగు వెంకటపతియును
జనసమ్మతుఁడైన నరసజననాథుండున్.

వ. ఇది కోరుకొండ భూమండలేంద్రుని సంతతిక్రమంబు.
ఇటమీఁద జగ్గరాజచంద్రుని సంతతిక్రమంబు వర్ణించెద.

గీ. కోరుకొండ మహారాజుకూర్మి తమ్ముఁ
డైన జగ్గవసుంధరాధ్యక్షునకును
రంగమాంబకుఁబుత్రుఁడై రాజ్యమేలె
నవ్యసురరాజు శ్రీగోపినాథరాజు.

చ. గజతురగాద్యసంఖ్యబల గర్వితచిత్తులమిత్త్రవైరిభూ
భుజులమహాజిలోదునిమి భూరిజయాభ్యుదయాభిరాముఁడై
గజపతిచేతఁగానుకలు గైకొనియెన్ మణిభూషణాంబర
వ్రజములుగోపినాథనృపవర్యుఁడవార్యపరాక్రమోన్నతిన్.

మ. అతిశూరుండగు గోపినాథ నృపుఁడశ్వారూఢుఁడై భండన
క్షితినుద్దండతమండలాగ్రము వడింజేబూనవిద్వేషి భూ

పతి రంభానలకూబరాంగనలకున్ భావ్యార్థసంసూచనో
ద్యతమైవామవిలోచనంబుగనలున్ దత్ప్రాగుసంబెట్టిదో.

మ. వినయం బీతనిభూషణంబు ద్విజగద్విఖ్యాత దాతృత్వమీ
తనితోఁబుట్టువు సత్యవిక్రమ దయాదాక్షిణ్యధైర్యంబులీ
తని చుట్టంబులు సద్యశంబితని విత్తం బంచువర్ణించు స
జ్జనసంఘంబులు గోపినాథనృపమూర్ధన్యున్మహాధన్యునిన్.

క. రామునకు సీతవలె గుణ
ధామునకున్గోపినాథధాత్రీరమణ
గ్రామణికిరాణియై సా
ధ్వీమణియగు నాగమాంబ తేజమునెరపెన్.

సీ. ఆనాగమాంబామహాదేవికినిగోపి
నాథభూమండలనాయకునకు
శౌరిచతుర్భుజచతురంశమున సం
భవించిరిపుత్రులువిశ్వహితులు
దేశమాన్యుండును జగ్గభూపుండును
విష్ణుతుల్యుఁడు చినవెంకటపతి
గాంభీర్యజలధి వేంకటకృష్ణభూపతి
మేరుధీరుండు గస్తూరిరాజు
ధరణిపాలించిరనురేంద్రధర్మరాజు
వరుణధననాథసములుదుర్వారవిభవ
సుకృతకరుణార్ద్రశోభితుల్ సుగవరేభ
వామనాంజనరజసార్వభౌమనిభులు.

వ. అందు.

ఉ. నీతికిఁబట్టుఁగొమ్మధరణీసురభక్తికిమందిరం బుధ
ఖ్యాతికిజన్మభూమిశరణార్థిజనాళికివజ్రపంజరం
బాతతరాజ్యలక్ష్మికివిహారపదంబితఁడంచుభూపతి
వ్రాతములెన్న జగ్గనృపవర్యుఁడు హెచ్చెనిరూఢసంపదన్.

సీ. వసుధకువచ్చి యెవ్వరికైన వాంఛితం
బిచ్చెనా సురభూజమితనిసాటి
ఘనభావమొప్ప బంగరువానగురియంగ
నేర్చెనా మేఘుఁడీనృపునిసాటి
యమరులకుభయపక్షములందు నొసఁగెనా
చంద్రుఁడీధారుణీశ్వరునిసాటి
మథితుఁడుగాకసమ్మతితోడనిడియెనా
కలశాబ్ధియీగుణాకరునిసాటి
కాకభూజన్మఫలదుఁడై కలిత కనక
వర్షియైనిత్యవితరణవర్తియగుచు
సమ్మదంబుననొసఁగు ఐశ్వర్యజగ్గ
వసుమతీపతికెనవచ్చు వారెవారు.

క. చినవెంకటపతిభూపతి
ఘనుఁడనగావిప్రతతికి ఘనముగవర్షా
శనములొసంగుచు ధాత్రీ
జనులఁగడుంబ్రోదిచేసెశరణంబగుచున్.

ఉ. యాత్రికులకుఁ బోవువారికి సమస్తసువస్తుచయంబొసంగుస
త్పాత్రులకిచ్చు దానములు బ్రాహ్మణపూజలొనర్చు మాధవ
స్తోత్రము జేయు నిచ్చలు మనుస్థిరమానసపూజితాత్మసూ
త్రిత్రయుండు వేంకటపతిక్షితినాథుఁడు ధన్యుఁడై నెన్నఁగన్.

మ. హరినామస్మరణంబు జిహ్వకు ముకుందాంఘ్రిద్వయధ్యానసు
స్థిరభావంబు నిజాంతరంగమునకున్ శ్రీనారసింహార్చ స
త్కరపద్మంబులకున్ విభూషణముగా ధన్యాత్ముఁడై విష్ణుత
త్పరుఁడై వేంకటకృష్ణరాజు ప్రబలెన్ బ్రహ్లాదుచందంబునన్.

సీ. వేదాంతవేద్యుండు విష్ణుండె పరతత్త్వ
మని నిశ్చయించిన యనఘమూర్తి
చూడ సర్వంబు విష్ణుమయం జగత్తని
విజ్ఞానయుక్తి భావించుఘనుని
వరభక్తితో నద్దైవం కేశవాత్పరం
బనియనన్యభజన సేయనిమహాత్ము
ముక్తపరాంకుశప్రోక్తగాథాసుధా
నుభవంబు గల్గిన శుభచరిత్రు
వీరవైష్ణవసత్కథాచారనిరతు
సంతతద్వయమంత్రనిశాంతవదను
వత్సవయగోపినాథభూవరకుమారు
నృపులు మెత్తురు వెంకటకృష్ణఘనుని.

మ. హరియే దైవము విష్ణుఁడే పరతరుండంభోజపత్రాక్షుఁడే
పరమధ్యేయుఁడు కృష్ణభక్తులె మహాపాత్రుల్ జగన్నాథవం

స్మరణం బేధప భేషజంబు గురుఁడే చకోరి యుధుండం చుఁద
ద్వరత న్వెంకటకృష్ణధీరుఁడనుసంధానంబు సేయున్మదిన్.

వ. అతనిసోదరుండు.

సీ. శ్రీపుట్టకొండలక్ష్మీనృసింహులకుఁ బ్రా
పాదంబుఁ గట్టించె శాశ్వతముగ
రూఢిగా లింగేశ్వరునకు మంటపములు
విరచించె బిరుదాంకపురమునందు
దానిచెంగట విప్రతతికగ్రహారంబు
దనపేరఁ గావించి జనులఁ గూర్చె
నచ్చోటఁ బూర్ణతోయంబగు లింగాల
చెఱువు ద్రవ్వించె నచ్చెరువుగాఁగ
వరసగొల్లలమామిడాడ చెంతఁ
జాతవనములు నిల్పె విఖ్యాతిమీఱ
వత్సవయ గోపినాథభూవరుని సుతుఁడు
రమ్యగుణహారి కస్తూరిరంగశౌరి.

చ. ఇనజునికన్న మేటి దివిజేంద్రునికన్నను బెద్ద పార్వతీ
తనయునికన్న జాణ ధనదప్రియమిత్రునికన్నఁ బ్రోడ స
జ్జనసుత దానభోగపటు శౌరవిభూతిగుణప్రసిద్ధిచే
ఘనతరకీర్తి వత్సవయ కస్తురిరంగనృపాలుఁ డిమ్మహిన్.

వ. ఇందు గృతిపతివంశవర్ణనానురూపంబుగా జగ్గరాజే

క. చినవెంకటపతిభూపా
లునిపుత్రుఁడు పద్మరాజులోకస్తోత్రుఁడై
వినయము విద్యయు బుద్ధియు
ధనధాన్యసమృద్ధిగలిగిశ్రద్ధయుఁబ్రబలెన్.

వ. ఆపద్మరాజునకుఁ బరమపవిత్రచరిత్రులు నలుగ
పుత్రులుద్భవించిరి.

సీ. నరసింహచరణాబ్జపరిపూజనాసక్త
నరసాంతరంగుండు నరసరాజు
కుటిలచిత్తారాతిభటగర్వజీమూత
పటుసమీరుండు వెంకటవిభుండు
నిచ్చవేఁడినయర్థికిచ్చుతలంపుచే
హెచ్చిననెరదాతలచ్చిరాజు
రామదేవసహస్రనామపారాయణో
ద్ధామనిష్ఠాశాలిరామరాజు
కొమరుమిగులగుగాంభీర్యగుణముచేత
వారిధానులతో సరివచ్చువారు
చతురుపాయప్రవీణులుసాధువిప్ర
రక్షకు లనంగఁబ్రబలిరి రాజమణులు.

చ. నరసనృపాలునందనులునల్గురు హెచ్చిరివైరిరాడ్భ
కరుఁడగు లచ్చిరాజుబుధకల్పమహీజము వీరరా
ద్విరచితరక్షణవ్రతుఁడు వెంకటరాజును ధర్మశా
స్థిరుఁడగుపద్మరాజునువిచిత్రపవిత్రచరిత్రులెం

వ. అందు లచ్చిరాజునకు వేంకటపతిక్షితీశుండును, రామరాజును, తిరుపతిభూవరుండును, జగ్గవిభుండును సంభవించిరి. అందగ్రనందనుండు,

ఉ. పంకజబంధుబంధురవిభాసిభవుండు ప్రచండశత్రురే
ఖాంకితసంకులాహవ నిరంకుశవిక్రమశాలి పుణ్యధీ
సాంకురసుందరాస్యుఁ డనుమానుతిపాత్రుఁడు ప్రాగ్విభూతిరా
ద్వేంకటభర్త వత్సవయ వేంకటపత్యవనీశుఁ డెన్నఁగాన్.

గీ. అతనితమ్ముఁడు సమరరంగార్జునుండు
దానకర్ణుఁడు శ్రీరామధరణిభర్త
విశ్వవిఖ్యాతకీర్తి విష్ణుమూర్తి
శత్రుపక్షవర్తియనమ్మంత్రి సభలయందు.

ఉ. ద్వాదశకోటిరంకుశిరపులకుఁ దాగిసయంతపవ్తతంబుతోడ శా
లోదనసూపశాకదధియోగభక్ష్యంబులతోడ భక్ష్యభో
జ్యాదులతోడ భోజనములుం గ్రమముగా నమర్చు ధన్యుఁడై
రాదొరజన్మ వత్సవయ రామనృపాలుఁడు దేవుఁడేకధా.

క. హరిభక్తికిఁ బరమయుక్తికి నవ రామనృపాలుఁడు దేవుఁడేక
సర్వజ్ఞమూర్తికి రామమంత్రి సంపత్తి మం
దిరమై తిరమైన కీర్తికి రామమంత్రి సంపత్తి మం
దిరుపతిధరణీశ్వరుండు తేజముగాంచెన్.

క. ఆతిరుపతినృపతిపుత్రుఁ డతులతేజముగాంచెన్.
సీతాపతి శ్రీకరుఁడు మానినీనుత సౌంద

ర్యాతిశయశాలి జగ్గమ
హీతలపతి సకలసుజనహితుఁడై వెలిచెన్.

గీ. అందు రామనృపాల పురందరునకు
సుతుఁడు వెంకటపతి మహీపతి జనించె
నాయురారోగ్యవిభవ సౌఖ్యాభివృద్ధి
గలిగి వర్ధిల్లు రఘురాము కరుణచేత.

వ. ఇది లచ్చిరాజు సంతతిక్రమంబు.

క. పేరమహీనాథునకుఁ గు
మారుఁడు జన్మించె రాజమాన్యుండతి గం
భీరుండు తిమ్మరాజు ము
రారికృపాదృష్టివలననధికుండయ్యెన్.

క. ఘనుఁడగు వెంగటనృపతికిఁ
దనయులు కొండ్రాజు నరసధరణీశ్వరుఁడున్
ధనకనక వస్తుచయవా
హనయుతులై వృద్ధిబొందిరైశ్వర్యమునన్.

గీ. పద్మరాజుతనూజులు భాగ్యనిధులు
రమ్యగుణశోభితులు జగ్గరాజు లచ్చి
రాజు బలభద్రి నరసింహరాజులధిక
శూరులనవార్త కెక్కిరి ధీరమతులు.

వ. ఇది నరసరాజు సంతతిక్రమంబు.

క. వెంకటభూపతి సుతుఁడు వి
శంకట నిజకీర్తి విజితశక్రేభకు రం

గాఁకొండు లచ్చిరాజు ని
రంకుశ విక్రముఁడు ప్రబల రాజులువొగడన్.

గీ. ఆగుణాఢ్యుని పుత్రుఁడు భోగశాలి
వెంకటపతి క్షితీశుఁడు వినుతిగాంచె
వానికి జనించె భోగిరాజనఁగ సుతుఁడు
బుద్ధివాగ్వైభవసర్జిత భోగిరాజు.

గీ. రాజకంఠీరవుఁడగు లచ్చిరాజుసుతులు
నెమ్మినమ్మంగఁదగు రాజుతమ్మిరాజు
కోపదృగ్జితరిపురాజు గోపరాజు
ధీరులై ఖ్యాతి నొందిరి సారభుజులు.

గీ. తమ్మిరాజు కుమారులు ధైర్యనిధులు
భామినీజనరతిరాజు రామరాజు
సరస సంగీతకుశలుండు నరసరాజు
రాజమాన్యుండు వెంకట రాజశౌరి.

ఉ. గోపనృపాలనందనుఁడు క్రూరవిరోధివిరోధకుండు
శ్రీపతిమానసీయుఁడు సుధీగుఁడు క్షత్రియవంశధ
స్థాపనశాలి లక్ష్మనరస ప్రభుఁడాశ్రితవిప్రకోటికి
బ్రాపయి వత్సవాయకులపావనుఁడై విలసిల్లునె

వ. ఇది చినవెంకటపతిరాజు సంతతి. ఇమ్మ్ర
సోదరుఁడగు వెంకటకృష్ణభూపాలుని సంతతిక్రమంబున.

ఉ. పాలితధారుణీదివిజపాళికి వెంకటకృష్ణభూమిభృ
న్మౌళికి సంభవించిరి సమర్థులుపుత్రులు విష్ణుమ

పాలనృపాలుఁడున్ రిపువిభాలుఁడు కేశవరాయ శౌరియున్
శ్రీలలితాంగుఁడైన నరసింహమహీపతియున్ మహోన్నతుల్

వ. అం దగ్రజుండు.

సీ. నీతిచే సౌజన్యరీతిచే శౌర్య వి
ఖ్యాతిచే నెగడిన ఘనుఁ డితండు
కీర్తిచే సుందరమూర్తిచేఁ గాంతివి
స్ఫూర్తిచే దగు మహాపురుషుఁ డితఁడు
శమముచే సంతతోద్యమముచే బాహు వి
క్రమముచే విలసిల్లు రాజితండు
ధనముచే ధర్మవర్తనముచే విప్రవం
దనముచే వర్ధిల్లు ధన్యుఁడితఁడు
జయముచేతను వితరణోచ్ఛ్రయముచేత
ధరణిఁ బాలించ నేర్చిన నరసుఁడితఁడు
వీర వెంకటకృష్ణభూవిభుని సుతుఁడు
రాజమాత్రుండె గోపాల రాజమౌళి.

క. గోపాలరాజు మాళవ
నేపాళవరాళచోళ నిషధావంతీ
భూపాల పూజ్యుఁడగుచు మ
హీపాలన మాచరించె హెచ్చినమహిమన్.

సీ. తనమహారమ్య సౌందర్యంబు వీక్షించి
వనితలు మకరాంకుఁ డనుచు మెచ్చ

దన బాహువిక్రమోద్ధత వృత్తి దర్శించి
యరిసైనికులు పార్థుఁడనుచుఁ బెగడఁ
దనభువనాద్భుతౌదార్యంబు గన్గొని
యాచకుల్ సురభూజ మనుచుఁ బొగడఁ
గన నిశాతకృపాణ ధారఁజూచివిరోధి
జనపతుల్ యమజిహ్వయనుచుఁదొలఁగఁ
దన యశోమండలము గాంచి ధనదసఖుఁడు
వెండికొండ యటంచు భావించిచేర
వత్సవాయాన్వయమునకు వన్నెఁదెచ్చె
రమ్యగుణహారి కేశవ రాయశౌరి.

మ. హరిసేవాపగతంతురిఁడై గురుపదాబ్జారాధనాసక్తుఁడై
పరకాంతాజనసోదరుండఁ యురణప్రాగల్భ్యసేనానియై
నరసుండై ధరనేలె వత్సవయవంశశ్రేష్ఠుఁడై కీర్తిభా
సురుఁడై వెంకటకృష్ణధీరునరసక్షోణీశ్వరుండున్నతిన్.

వ. అంత.

క. కృష్ణాంశసంభవుఁడురో
చిష్ణుఁడుగోపాలరాజశేఖరునకువ
రిష్ఠుండగుచినవెంకట
కృష్ణుఁడునుతుఁడుద్భవించికీర్తివహించెన్.

క. కేశవరాయునిపుత్రులు
ధీశాలురుసమరరంగదృఢశౌర్యగుడా

కేశవులు వెంకటపతిధా
త్రీశుఁడు శ్రీరంగపతియు హెచ్చిరిమహిమన్.

వ. అంతు.

మ. ఘాలాక్షుండెదిరించినన్ రణములోఁ బార్థుండు పైనెత్తినన్
శైలంబుల్విదళించు వేలుపుమహాసంరంభియైవచ్చినన్
లీలన్వారినిలెక్కసేయక విభాళించున్ భుజాసత్వశౌ
ర్యాలంకారుఁడు వీరవేంకటపతిక్ష్మాధీశుఁడెన్నన్దగున్.

క. బాలామన్మథుఁడుకృపా
శీలుఁడుగోపాలచరణసేవానిష్ఠా
లోలుఁడు శాత్రవగర్వవి
ఖాలుఁడు వన్నెవయరంగపతిరాజుభళీ.

గీ. పరిభవహించిన కేశవరాయధరణి
పతికి సుతుఁడైన వెంకటపతినృపాల
రత్నమునకుజనించె శ్రీరమణరాజు
కలశపాథోనిధికిసుధాకరుఁడువోలె.

ఉ. రూపునమన్మథుండు బలరూఢినిభీముఁడు బాహువిక్రమా
టోపమునంగిరీటియు బటుప్రతిభన్ సురమంత్రియున్నదా
యీపృథివీశుతోడసములింతయు సత్యమటంచుఁబండితుల్
భూపతులెన్నఁగారమణభూవరుఁడున్నతిగాంచె నెంతయున్.

క. కేశవరాయనిసోదరుఁ
డై శాశ్వతధర్మవర్తియగునరసధరి

త్రీశాగ్రిగణ్యునకుఁబ్రి
జ్ఞాశాలురుబుట్టిరాత్మజన్ములుధన్యుల్.

క. ధీరుఁడగు నరసరాజును
వీరజనాగ్రేసరుండు వెంకటపతిభా
త్రీరమణుండునుదృఢదో
స్సారుఁడుసూరనరపతియుసౌభ్రాత్రనిధుల్.

మ. మధువిద్వేషిలసత్పదాంబురుహాయుగ్మధ్యానశుద్ధాత్ముఁడం
బుధిగంభీరుఁడుకుంభినీశ్వరసభాపూజ్యుండురాకాసుధా
నిధిశోభానిభకీర్తిధర్మగుణకౌంతేయాగ్రజుఁడర్కజా
భ్యధికోదారుఁడువత్సవాయ నరసింహాధీశుఁడెన్నంగగున్.

సీ. శ్రీపుట్టకొండలక్ష్మీనరసింహుల దేవ
ళంబుసుధానులిప్తంబు జేసెఁ
దగవెంకటేశ్వరోత్సవవిగ్రహంబులు
నెమ్మినృసింహునన్నిధినమర్చెఁ
దిరుపతిమొదలైన దివ్యస్థలంబుల
నెలకొన్న [illegible]మూర్తులభజించెఁ
బ్రతివానరంబునదప్పకనారసింహ సం
దర్శనవ్రతముసద్భక్తిసలిపె
వైష్ణవుల బ్రోచెఫలవృక్షవనమునిల్పె
బ్రజలరక్షించెగీర్తిచేఁబరి[illegible]
వత్సవయ నరసక్షితీశ్వరసుతుండు
వేంకటపతిక్షమాభర్తవినుతవార్త.

గీ. అతనితమ్ముఁడుసకలగుణాభిరాము
డగుచుగురుభక్తిభూషణుండగుచు సత్య
వచనధర్మజుఁడగుచుభూవరులువొగడఁ
బ్రభవహించెనుసూరపరాజుభువిని.

వ. అందు.

గీ. భాగ్యనిధియైన వెంకటపతినృపాలు
నందనులుతిమ్మరాజును నరసరాజు
బుణ్యుడగుతిరుపతిరాజు బుచ్చిరాజు
తాతప్రియంతులువ్రబలిరి సత్యనిధులు.

ఉ. తిమ్మనృపాలశేఖరుఁడు ధార్మికుఁడై నిజబంధుకోటికిన్
సమ్మతుఁడైమహీదివిజసంఘముపాలిఁటికల్పభూజమై
సమ్మదవృత్తితోడగవిచంద్రులకున్బహుమానమొప్పమా
న్యమ్ములొసంగుగోరినపదార్థములిచ్చుమహాద్భుతంబుగన్.

గీ. చెలగిమదహస్తితోఁబోరిగెలువఁజాలు
జిదనుఁగాఁజాలు సింగంపుకొదమనైన
మించికన్వడినైనసాధించఁజాలు
నరసభూపాలుమహిమ నెన్నంగఁదరమె.

క. వినయము నెరపునువిద్వ
జ్జనములఁగనుఁగొన్నచోట శత్రులచోటన్
ఘనవిక్రమంబు నెరపును
సనయుఁడుతిరుపతినృపాలచంద్రుఁడు భళిరే.

క. అనృతంబులాడఁడెన్నఁడు
మానసునహరిపాదభక్తి మఱువఁడు పాపం
బునుశౌర్యముగలధన్యుఁడు
ఘనుఁడనఁగాబుచ్చిరాజుకడునుతికెక్కెన్.

సీ. నలినపత్త్రవిశాల నయనుండు వేంకట
పతిరాజు సజ్జనపక్షపాతి
కోపంబెఱుంగని గుణశోభితుండు ల
క్ష్మీపతిరాజుదిలీపసముఁడు
శరదిందుకాంతిసుందరదరహాసుండు
సరసుండు నరసింహధరణిభర్త
కామినీహృదయాభిరామమూర్తి సుధైర్య
హేమాద్రివెంకట రామశౌరి
ప్రతిభకలవత్సవయతిమ్మరాజమణికి
సుతులు నలుగురుపుట్టిరి సుజనహితులు
వసుమతీసురవిశ్వాస వర్ధమాన
విభవదీర్ఘాయురున్నతుల్విమలమతులు.

గీ. నందనులుసంభవించిరినరసరాజ
కుంజరునకుమహాత్ములు కుశలనిధులు
కీర్తివంతుడు వెంకటకృష్ణరాజు
రాజమాన్యుండుబలభద్రరాజమౌళి.

గీ. వత్సవయగోపినాథభూవల్లభునకు
కుమారుఁడై కీర్తిగన్నకస్తూరిరంగ

శౌరికిఁ బుత్రుఁ డుదయించె సకలభోగ
సవ్యసురరాజు శ్రీజగన్నాథరాజు.

సీ. వైరిభూపాలకవదనాంబుజములకు
చంద్రిక యేమానవేంద్రుకీర్తి
పరిపంథిగంధసింధురముల కేరాజు
భేరీరవంబు సింహారవంబు
విమతాధిపతి సైన్యవిపినంబునకుఁ దన
జ్వాలలే ఘనతీవ్రసాయకములు
దర్పితాహితమేఘతతికి ఝంఝానిల
వేగ మేనరనాథు విజయధాటి
యతఁడు నుతికెక్కె సుగుణరత్నౌఘపేటి
విత్తసంతర్పితాశేష విబుధకోటి
ధర్మసంపద నతని కెవ్వండు సాటి
నీతిపరిపాటి శ్రీజగన్నృపకిరీటి.

సీ. పాలతోఁ జలివెల్గురాలతో నలుగు
జాలతో మల్లియపూలతోడ
హారులతో ముత్తెంపు సరులతో నమరుల
తరులతో వెలిదమ్మివిరులతో
జరముతో శరదంబుధరముతో వేల్పుటొ
గిరముతోఁ గ్రొత్తకప్పురముతోడ
హారునితో నిండుచందురునితో దుగ్ధసా
గరునితో మేచకాంబరునితోడఁ

గలహ మొనరించి విదళించి ఘనతగాంచి
జగతి విహరించు నేరాజు పొందఁ గీర్తి
యతఁడు నుతికెక్కె వత్సవాయాన్వయాబ్ధి
చంద్రుఁడైన జగన్నాథ జనవిభుండు.

సీ. సిరిగల పెద్దాడపురిని వేంకట నాథ
దేవాదిదేవు బ్రతిష్ఠఁ జేసెఁ
తిరుపతి చేయించి తిరునాళ్లగావించి
స్వామికి సంతతోత్సవ మొనర్చి
స్మార్త వైష్ణవ ఐకసమబుద్ధి దీపించి
రమణుతో నగ్రహారంబు లిచ్చి
వల్మీకి గిరియందు వరఫలభూజ భా
సురవనంబు గచించి హరికొసంగె
నన్నసత్రంబు వెట్టె నభ్యాగతులకు
నిధి తటాకాదిధర్మముల్ నిలిపె ధరణి
రాజమాత్రుండె కస్తూరి రంగ శౌరి
నందనుండైన శ్రీజగన్నాథరాజు.

ఉ. హేమనగేంద్ర ధీరుఁడగు నేనుగలక్ష్మణసత్కవీంద్రుఁడు
ద్దామసుధామయోక్తి వితతంబగునట్లురచించినట్టి తు
ల్యామహిమప్రబంధముగుణాఢ్యులు మెచ్చఁబరిగ్రహించెబ్రి
జ్ఞామహితుండుజగ్గనృపచంద్రుఁడు శాశ్వతకీర్తి నందిలన్.

గీ. ధన్యుఁడైనజగన్నాథ ధరణిపతికి
గుణసముద్రుండు తిరుమలకొండరాజు

తనయుఁడుదయించె ననమానదానఘనుఁడు
భరతుఁడుఁబోలె రక్షించె,బ్రజలనెల్ల
సీ. హరిహర గురుమహీసుర భక్తినిపుణుఁడై
ధార్మికశ్రేష్ఠుఁడై తనరుమేటి
బాంధవాశ్రిత భృత్యపాల నాసక్తుఁడై
వాత్సల్యశాలియై వఱలు ఘనుఁడు
సత్యవాక్యప్రతిష్ఠాపనాచార్యుఁడై
నీతిప్రవీణుఁడై నెగడుజాణ
ధనధాన్యమణి వస్త్ర ధాత్రీప్రదాతయై
విలసిత కీర్తియై వెలయు ప్రోడ
కపటవిద్వేష పరజన గర్హణాది
కలుషబహుదూరవర్తియై మెలగుసుకృతి
వత్సవయ జగ్గరాజేంద్రుని వరసుతుండు
గుణసముద్రుండు తిరుమల కొండరాజు.
గీ. పుణ్యుఁడగు తిరుమలకొండభూవరునకు
లక్ష్మమాంబకు గలిగిరి లలితమతులు
సుతులు వితరణగుణ వినిర్జితసురద్రు
లధిక ధైర్యాద్రులు నరేంద్రులమితరుచుల.
సీ. రతిరాజసుందరుం డతిశూరుఁడానత
క్షితిభర్త వెంకటపతి విభుండు
శ్రీజానకీనాథ పూజామహోత్సవ
భ్రాజమానుఁడు జగ్గరాజ మహాళి

వైరిశైలబలారి వారిజాసనతుల్య
సూరిపోషకుఁడు కస్తూరినృపతి
యింద్రవారణ శరచ్చంద్రికాసిత కీర్తి
సాంద్రుండు శ్రీరామచంద్రనృపుఁడు
భద్రదాతృత్వవిజిత సముద్రదేవ
తాద్రిమ సుధాకరుఁడు బలభద్రశౌరి
యవని పాలించు విష్ణు పంచాయుధంబు
లనఁగ వెలసిరి వత్సవాయాన్వయమున.

క. అందగ్రజునకు శ్రీగో
విందకృపాపాత్రునకును వెంకటపతికిన్
నందనుఁడు తిమ్మరాజపు
రందరుఁ డుదయించె విబుధగణ్యుఁడగుచున్.

మ. మితభాషిత్వము ధైర్యసంపదయు గాంభీర్యంబు నౌదా [ర్యము న్
చతురత్వంబును ధర్మశీలతయు సౌజన్యంబు జన్యక్షమా
గతమాన్యధ్యవిరోధిసంహరణజాగ్రత్బాహువిక్రాంతియున్
మతివైశద్యము తిమ్మరాజమణికిన్ నైజంబు లెల్లప్పుడున్.

సీ. క్రతువు సేయించె బాంధవ శ్రోత్రియులఁ బ్రోచె
మాన్యఫలములొసంగె బ్రాహ్మణుల కెల్ల
జగపతినృపాలకృప గాంచి జనులమనిచె
వత్సవయ తిమ్మరాజు పావనుఁడు భళిరె.

ఆతిమ్మరాజునకు వి
ఖ్యాతపతివ్రతకుఁ జంద్రమాంబకు భాగ్యో
పేతుఁడు వెంకటపతిధా
త్రీతలపతి సుతుఁడు పుట్టెఁ దేజంబెసఁగన్.
. శ్రీయుతుఁడై యారోగ్యచి
రాయుర్బల పుత్రశాలియై వితరణ రా
ధేయుఁడు వెంకటపతినర
నాయకుఁడభివృద్ధిఁజెందు నరహరికరుణన్.

క. దశరథసుతాగ్రగణ్యుఁడౌ దనుజవైరి
చందమున గోపినాధభూజానిసుతుల
కగ్రజుఁడునయిమహిమచేనమరుజగ్గ
రాజుసంతతి వర్ణింతురమ్యఫణితి.

గీ. చంద్రసముఁడైన జగ్గరాజేంద్రుసుతులు
కృష్ణనృపుఁడును గోపధాత్రీశ్వరుండు
జ్ఞాననిధి వెంకటపతియు సమరరంగ
వీరుఁడాచార్యరాజును వెలసిరందు.

సీ. తనఖడ్గఫణిరాజు దర్పాంధశాత్రవ
ప్రాణానిలాహారపరతఁ జెందఁ
దననామమంత్ర ముద్ధతవైరిభేతాళ
పతుల సాధ్వసపలాయితులఁ జేయఁ
దనభేరికా ధణంధణ నినాదంటు మ
త్తారిదంతులకు సింహారవముగఁ

దనప్రతాపాగ్ని దుర్దాంతవి ద్వేషిభూ
వరులకుశలభ భావముఘటింపఁ
రాయవేశ్యా భుజంగ సంగ్రామవిజయ
రాజమార్తాండ గడిదుర్గ రాయబిరుద
రాజితుఁడు వత్సవయ జగ్గరాజ సుతుఁడు
ప్రజలఁబాలించెఁ గృష్ణభూపాలమౌళి.

ఉ. కొండెములాలకింపఁడు ప్రకోపము సేయఁడు విప్రకోటిపై
బండితమిత్ర బంధుజన పక్షము మానఁడు యుద్ధకేళిలోఁ
జండవిరోధి యోధభుజశక్తి గణింపఁడు రాజలోకమా
ర్తాండుడువత్సవాయకులధన్యుఁడుకృష్ణనృపాలుడెన్నగాన్.

చ. నిటలతటాక్షిచేత మరునింబరిమార్చిన శూలహస్తుఁడున్
బటుగిరిభేదియాభిదురపాణియుఁదారకదానవుంబరి
స్ఫుటధృతిగెల్చినట్టిశిఖిసూతియుఁ గయ్యముసేయవచ్చినన్
గుటిలవిదారి జగ్గనృపుగోపనృపాలుని గెల్వనేర్తురే.

వ. అతని సోదరుండు.

ఉ. శ్రీపతిభక్తిచేతఁ గులశేఖరుడైన ఘనుండు చిత్తవి
క్షేపము లేనిబోధనుఁడు శ్రీకర దేశిక విష్ణుపాదసే
వాపరిశుద్ధవిగ్రహుఁడు వైష్ణవలాంఛన పంచసంస్క్రియో
ద్దీపితమూర్తి వెంకటపతిప్రభురత్నము ముక్తుఁడేకదా.

క. గంగాస్నాన పవిత్రుఁడు
సంగరవిజయుండు బంధుసమ్మతుఁడనఘుం

డంగజ గురుభక్తుఁడు స
త్సంగకుఁ డార్యారాజు సరసుఁడు భళిరే.

వ. అందు.

గీ. భాగ్యసిధియగు గోపభూపాలకునకు
సంభవించిరి నరసన్న జగ్గరాజు
కృష్ణఘనుఁడును వెంకటక్షితివిభుండు
శాంతులునుపుత్రులత్యంత సదయమతులు.

గీ. శరణుజొచ్చిన దీనులఁగరుణఁజూచి
దొరలఁ గావించుమహిమచే నరసరాజు
బంధుజనములయెడఁబక్షపాతియగుచుఁ
దగ్గులేకుండ బోషించె జగ్గరాజు.

మ. శరకోదండ భుశుండితోమర గదాచక్రాంకుశప్రాసము
ద్గరముఖ్యాయుధయుద్ధకౌశలకళాధౌరేయుఁడైకీర్తితో
సరిసేయందగుపోడిమనరపతి స్తవ్యప్రభావాఢ్యుఁడై
సరసుండైవిహరించె వత్సవయకృష్ణక్షోణినాథుండిలన్

గీ. అతనితమ్ముఁడు శాంతుఁడత్యంతసుకృతి
బొంకుజంకుఁగళంకును బొందఁడెప్పుడు
వెంకటనృపాలుఁడధికుఁడై వెలసె నతని
సాటియగువారుగలరె యిజ్జగతియందు.

గీ. గోపరాడమాత్మ కొమరులలోవంశ
కరుఁడుకృష్ణరాజుగనిమె సుతులఁ

గూ్రరరిపు విభాలుగోపనృపాలుని
రాజమాన్య సింగరాజ మణిని.

గీ. వత్సవాయ కృష్ణవసుమతీశ్వరు పెద్ద
కొమరుఁడైన యట్టిగోపరాజ
బుద్ధిమంతుఁడార్యపోషకుండు గృహస్థు
డనుచు జనులువొగడ ఘనతఁబూనె.

ఉత్సాహవృత్తము.

హృత్సరోరుహంబునందభీష్టదైవ మైన శ్రీ
వత్సలాంఛనున్భజించు వర్ణనీయశూరుఁడై
మత్సరింపుచున్నదుష్ట మతుల నిగ్రహించు శ్రీ
వత్సవాయ సింగరాజవర్యుఁ డార్యులెన్నఁగాన్

సీ. వైష్ణవాచార పావనునకు వెంకట
పతికిజనించె నూర్జితుఁడు సుతుఁడు
జగ్గరాజనురేంద్రసముఁడుభోగసమృద్ధి
బుద్ధుప్రసిద్ధు చేజోగిరాజు
హరికృపచేతనాధరణీశ్వరునకువెం
కటపతి భూవరాగ్రణిజనించె
నాశ్రితజన వాంఛితార్థప్రదానసా
మగ్రివినిర్జితామరమహీజ
దానవైభవుఁడైన యమ్మాన్యనవేంద్ర
పుంగవునకుఁ గుమారుఁడు పుట్టెజగ్గ

రాజు తమ తాత పేరుచేఁ బ్రబలెనకల
భాగ్యసంపన్నుఁడై రాజయోగ్యుఁడగుచు.

వ. అనంతరంబ కృష్ణధరిత్రీకాంతుని సంతతి క్రమం బభివర్ణించెద.

గీ. వత్సవయ గోపినాధ భూవల్లభునకుఁ
పౌత్రమణియగు కృష్ణభూపాల మౌళి
కృష్ణదేవుండు భోజపుత్రిని వరించు
భాతి గుణవతి రంగమాంబను వరించె.

శా. ఆరంగమ్మకుఁ గృష్ణభూపతికి విఖ్యాతప్రదాతృత్వమం
దారంబుల్ సుతులుద్భవించిరి జగన్నాధక్షమాభర్తయున్
ధీరోద్ధారుఁడు గోపరాజమణియున్ విస్ఫారగంభీరతా
క్షీరాంభోనిధియప్పలక్షితిపుఁడున్ శ్రీమత్ప్రభావోన్నతుల్.

వ. అందు.

మ. సమయంబించుక మించనీయ కిలఁ బర్జన్యుండు వర్షించె భూ
రమణీరత్నము సస్యసంపదలచే రాణించె వర్ణాశ్రమో
త్తమధర్మాన్వితులైరి లోకులు నితాంతంబు జగన్నాధ భూ
రమణాగ్రేసరుఁ డాదిరాజసముఁడై రాజ్యంబుఁ బాలింపఁగన్.

ఉ. క్రోధము లోభమున్ మదముఁ గ్రూరజనంబుల పాలుజేసి స
ద్బోధము సత్యమున్ క్షమము భూతదయావినయార్జవంబులున్
మాధవపాద పంకజ సమంచితభక్తియు యుక్తియున్ జగ
న్నాధనృపాలునందు నలినప్రభవుండు సృజించె[illegible]

గీ. అమ్మహారాజు సోదరుండనఘమూర్తి
సత్యవాక్య హరిశ్చంద్ర చక్రవర్తి
భవ్యగుణశాలి గోపభూపాల మౌళి
ప్రజల రక్షించె నూర్జిత ప్రభ వహించె.

ఉ. అర్థులకున్ధనంబొసఁగు నప్పుడు కర్ణుని లీలఁ జూచుఁ బ్ర
త్యర్థుల సంహరించు సమయంబునఁ బార్థుని రీతిఁ బూనుస
త్యార్థయుతంబుగాఁ బలుకునప్పుడ ధర్మజు భాతిఁ దాల్చు స
ర్వార్థవిదుండు గోపవసుధాధిపుఁ డద్భుతవాముఁ డెన్నగాన్.

ఉ. నారదురీతి శంతనుని నందను కైవడి యంబరీషుగో
త్రారమణేంద్రుపోలికఁ బురందరపుత్త్రుని భంగి మాధవ
స్మారపదారవిందయుగ సంతతభక్తిఁ గసార్ద్రమానసాం
భోరుహుఁడైన గోపనృపపుంగవుఁ డెన్నఁగ ధార్మికుడిమ్మహిన్

సీ. వల్మీక పర్వతేశ్వరరమానరసింహ
నిత్యోత్సవక్రియానిపుణభక్తి
బరవస్తు గోవింద భాగవతాచార్య
పరమపావన పాదపద్మసేవ
స్నానసంధ్యానమస్కారదివ్యాష్టాక్ష
రీమంత్రజపమహోద్దామనిష్ఠ
వాసుదేవానంత వరదనారాయణ
కృష్ణాది నామసత్కీర్తనంబు
భాగవత మాధవస్తోత్ర పఠననియతి
మొదలుగాఁ గల ధర్మసంపదల పెంచె

పుణ్య స్వరూపుఁడో కృష్ణనృపతి
సుఁడగు వత్సవయ గోపధరణీవిభుఁడు.
డు రాయప్రభుని తిమ్మనృపేంద్రుఁడుధర్మరతికిన్
విక్రీతికిఁ గుణవిభూతికి ఖ్యాతికి సంతసించి స
పురస్సరంబుగ నితాంతము మన్ననచేసి మెచ్చఁగా
వమొందెసూరిజనగణ్యుఁడుగోపనృపాలుఁడెంతయున్.
గోపనృపతి తమ్ముఁడు
నుతింగుృిండు రాజపూజ్యుఁడు కరుణా
బుఁడు మధురగానక
ంధర్వేంద్రు డప్పల ప్రభువనుదున్.
సుబాహుఁ డబ్జాయతలోచనుం
డాకార కందర్పుఁడనఘమూర్తి
తసాహిత్య సరసవిద్యాశాలి
రణరంగ విజయుండు ప్రణుతకీర్తి
పాల పదభక్తి కుశలుండుసాహస
విక్రమార్కుఁడు సుకవిప్రియుండు
దహాసముఖారవిందుండు శరణాగ
త త్రాణనిపుణుండు ధార్మికుండు
జమాతృండె ధనధాన్యరత్నవసన
సనంతోషితాశేషధరణిసురుఁడు
త్సవయ కృష్ణభూపాలవరసుతుండు
న్యగుణహారి యప్పలరాజశౌరి.

వ. అప్పలరాజకుంజరునకుఁ గృష్ణభూపాలుడును రంగనరపుంగవుండును, రాజగోపాలభూపతియును, సూరపరాజును బ్రభవించిరందు.

ఉ. వైష్ణవసత్కథాశ్రవణవర్ధిత పుణ్యవిశాలుఁడైన శ్రీ
కృష్ణనృపాలుకీర్తి శరహీరతుషారపటీర చంద్రికా
జిష్ణుమతంగజాశ్వశశిశేఖర లేఖమహీజరాజవ
ర్ధిష్ణురుచిప్రహారముల ధీగొని గెల్చి నిజాచ్ఛసుచ్ఛవిన్.

క. బంగారు కొండయైననో
సంగును లోభంబులేక సత్కవులకహో
రంగద్వితరణ కర్ణుఁడు
రంగనృపాలుండు సుగుణ రత్నాబ్ధిగదా.

శా. చంచత్కీర్తిరమావిశాలుడుజయేచ్ఛన్ రాజగోపాలుఁడ
భ్యంచచ్చంచలమండలాగ్రవిహృతిన్ జన్యంబులో వైరులన్
జించున్ ద్రుంచుంవధిచునొంచుశిరముల్ భేదించుమర్దించుదూ
లించుఁ ద్రుళ్లణగించుమించుగవిభాళించున్విచిత్రంబుగాఁ.

గీ. కరుణయెక్కుడు సద్వివేకంబుఘనము
న్యాయమతి హెచ్చు శాంతిగుణంబు తఱుచు
చండవిక్రమవిభవంబు కొండపొడవు
రాజగోపాలధారుణీరమణమణికి.

క. సూరనృపాలుఁడు సురగిరి
ధీరుఁడు శ్రీనారసింహదేవునివలన

న్కారుణ్యమునకుఁ బాత్రిం
డై రాజత్కీర్తిశాలియై వర్తించెన్.

వ. ఇది యప్పలరాజు సంతానక్రమం బిటమీఁద సత
నిక గ్రజుండును, బోషితాగ్రజుండునగు. శ్రీగోపభూపాలశ్రే
ష్ఠుని సంతతిప్రకారం బభివర్ణించెద.

గీ. వత్సవయకృష్ణధారుణీశ్వరుని పుత్రిఁ
డైన శ్రీగోపాలనృపుని యర్ధాంగలక్ష్మి
యుభయకులకీర్తి సంధాయిశుభచరిత్రి
రమ్యగుణరత్ననికురుంబ రాజమాంబ.

ఉత్సాహవృత్తము.

భానుసముఁడు దంతులూరి పద్మనాభమౌళికిన్
దానధర్మ ముఖ్యగుణకదంబ లచ్చమాంబకున్
భానుతైక పుణ్యమూర్తి పుత్రియై జనించె వి
ద్యానవద్యకీర్తి రాజమాంబలక్ష్మికైవడిన్.

క. క్షాంతిమతి రాజమాంబా
కాంతామణి సాటివచ్చుఁ గంజాక్షుని సీ
మంతిని కజునింతికి దమ
యంతికి గంగాస్రవంతి కతిశయమహిమన్.

శా. ఆరాజమ్మకు గోపభూపతికి ఖడ్గాటోపనిర్వాపిత
క్రూరారివ్రతతుల్ జనించిరిసుతుల్ గోపాలకృష్ణప్రభుం

డాయాఢ్యస్ఫుటకీర్తివైభవుఁడు సింహాద్రిక్ష్మాభర్తయుక్
శ్రీరామారమణీయమూర్తులు బుధశ్రేమంకరప్రాభవుల్.

వ. అందు.

సీ. తనమనోహరమూర్తి తనవినిర్మలకీర్తి
మకరాంకహరిణాంకమహిమఁ గెలువ
దనరసోక్తిసమృద్ధి తనసూక్ష్మతరబుద్ధి
భోగీశవాగీశభూతి దెగడ
దనవిత్తవిశ్రమవ్యక్తి తనధీరతాశక్తి
హరిరాజగిరిరాజగరిమ మాన్పఁ
దనవిఖ్యాతి తనమహోద్యుతిరీతి
ధననాథదినరాథఘనత మీఱఁ
గల్పతరుకామధుగ్ధనుకలశజలధి
కర్ణఘనఘనవితరణగణ్యుఁ డగుచుఁ
బ్రబలె శ్రీవత్సవాయ గోపరాజసుతుఁడు
జిష్ణువిభవుండు గోపాలకృష్ణవిభుఁడు.

మ. గుణరత్నాకరువత్సవాయకులజుఁ గోపాలకృష్ణప్రభున్
రణసన్నద్ధసముద్ధతాహితచమూనాథావరోధాంగనా
మణితాటంకభయంకరస్ఫురణశుంభద్రూతక్షకౌక్షేయకున్
ప్రణుతింతున్వరదభ్రశుభ్రకరభ్రాజద్యశోవిభ్రమున్.

మ. అతిధైర్యాన్వితచిత్తుఁడై వివిధవిద్యానాట్యరంగస్థలా
[illegible]ంచలుఁడై కృపాజలధియై యెంబందు ప్రసన్నాస్యుఁడై

కృతపార్థప్రతిజ్ఞన్ బ్రతాపనిధియై గోపాలకృష్ణక్షమా
పతికంఠీరవుఁడాదరించి ప్రజలన్పాలించె ధర్మస్థితిన్.

సీ. తనునాశ్రయించిన ధరణీపర్వుల
        నభిమతార్థములిచ్చి యాదరించుఁ
దనగృహంబునకువచ్చిన బాంధవులను స
        త్కారంబుగావించిగారవించుఁ
దనపద్యములుపఠించిన వంధిమాగధ
        జనులకుఁ గోరినధనమునొసఁగుఁ
దనతో నెదిర్చిన ధారుణీనాథుల
        ప్రాణముల్ ఖడ్గంబు పాలుసేయు
దనమనఃపద్మమిందిరాధవమిళింద
విహరణస్థానమొనరించు విభవమమర
నెంతగుణవంతుఁడనిబుధులెన్నఁబ్రబలె
జిష్ణువిభవుండు గోపాలకృష్ణవిభుఁడు.

క. గోపాలకృష్ణనామక
భూపాగ్రణిసోదరుండు పొగడికఁగాంచెన్
శ్రీపూర్ణుఁడు సింహాద్రిమ
హీపతిసత్యాభిరతుఁడు కృష్ణుఁడనంగన్.

సీ. నిజవంశదుగ్ధాంబునిధికి వృద్ధిఘటించి
        బంధుచకోరపాళిఁబ్రోచి
యాశ్రితకైరవవర్షంబుగావించి
        దుష్టమానవతమస్స్తోమ మడఁచి

విమతపంకజనికాసము డిందుగాఁ జేసి
నతజనదైన్యసంతాపముడిపి
సకలజనానురంజనము సంపాదించి
యతులితసుప్రసన్నత వహించి
దిక్తటంబులఁ గీర్తిచంద్రికలు నెరపి
ప్రతిభ గాంచె సింహాద్రిరాజచంద్రుఁ
డక్షయఖ్యాతిగుణరీతి నతిశయించె
నిష్కళంక స్వరూపతనివ్వటిల్లె.

మ. శ్రితభూదేవవనీవసంతునకు నారీరత్ననేత్రప్రియా
ద్భుతసౌందర్యకళావసంతునకు సంపూర్ణప్రతాపార్కమ
ర్దితవిద్వేషిమందాంధకారతతికిన్ శ్రీరమ్యసింహాద్రిభూ
పతికిన్ శూరతచేతసాటిగలరె భావింపభూమండలిన్.

శా. భూమీశస్తుతశౌర్యధైర్యసుషమాభోగంబులందున్ గుహా।
సీమావానపవిక్షతక్షయమునిస్త్రీయోగముల్ మానినన్
క్షేమంబొప్పఁగ సాటిసేయఁదగునీసింహాద్రిరాజేంద్రులన్
శ్రీమద్వత్సవయాన్వయోత్తమునితో సింహాద్రిరాజేంద్రుతోన్.

సీ. శ్రీధనంజయగోత్రపాథోధిరాకా సు
ధాకరుండా శ్రితశ్రీకరుఁడు
రణరంగసంగతారాతిజీమూతప్ర
భంజనుండు, జనానురంజనుండు
న్నృగభగీరథరంతిసగరశంతనుసమ
ప్రాభవుండు సురేంద్రవైభవుండు

ధీరతామహిమానధీరితపర్ణాద్రి
మందరుండు మనోజసుందరుండు
దంతులూరి జగన్నాథధరణివిభుఁడు
తండ్రిగా లచ్చమాంబిక తల్లిగాఁగ
సంభవించెను సద్గుణజన్మభూమి
జానకీదేవిశ్రీదేవి సాటియగుచు.

గీ. అట్టిశ్రీజానకీదేవి నధికసాధ్వి
బరిణయంబయ్యె సింహాద్రిధరణిభర్త
మాధవస్వామి జగదేకమాన్యమైన
యంబునిధికన్య నుద్వాహమైనరీతి.

సీ. పరమపాతివ్రత్య భవ్యచరిత్రచే
ననసూయకైనవచ్చునన(ఁ)గవచ్చు
సజ్జనస్తవనీయసౌభాగ్యమహిమచే
నద్రికన్యకుసాటి యనఁగవచ్చు
ఘనదయాదాక్షిణ్యగౌరవయుక్తిచే
నలసుమిత్రికుసాటియనఁగవచ్చు
సంపూర్ణసుస్థిరసంపత్సమృద్ధిచే
నాదిలక్ష్మికిసాటి యనఁగవచ్చు
ననుచుఁదనయందుఁగల్గుగుణాతిశయము
బాంధవులుమెచ్చి పొగడంగఁ బ్రభవహించె
వత్సవాయ సింహాద్రిభూవరునిరాణి
జానకీదేవి ధర్మవాసనలరీవి.

మ. క్షితిదేవీసదృశక్షమాసతియగు శ్రీజానకీసాధ్వికిన్
శ్రితసంరక్షణదక్షదాననిధికిన్ సింహాద్రిభూభర్తకున్
మతిమంతుల్సుతులుద్భవించిరిజగన్మాన్యుండుగోపక్షమా
పతిసుత్రాముఁడుపుణ్యశాలిచినగోపక్షోణిభృన్మౌళియున్.

మ. చినగోపక్షితిపాలశేఖరుఁడుసౌశీల్యంబునన్బద్ధయై
జననంబాదిగఁబ్రత్యహంబునుకృతాంచద్విత్తమార్జింపుచున్
దనుజారాతిపదాంబుజంబులను సంధానంబుగావింపుచున్
జననేత్రప్రియదర్శనుండగుచుశశ్వత్కీర్తిగాంచెన్భువిన్.

క. చినగోపనృపునిదర్శిం
చినమానవులెల్లపూర్ణశీతాంశునిజా
చినచందంబునఁగను హె
చ్చినసంతోషాతిశయముఁజెందుమరేలమిన్.

గీ. వత్సవయగోపధారుణీశ్వరునిపుత్రుఁ
డైనసింహాద్రినృపునిభాగ్యంబువలన
విష్ణుదేవాంశమనంభవించినట్టి
గోపవిభునినుతింతువాగ్గుంభతతుల.

శా. శాంతధ్వాంతదిగంతదంతిరదభాస్వత్కీర్తి విద్వేషితా
శాంతున్మిత్రవనీవసంతురణరంగాత్యంతవిక్రాంతువి
భ్రాంతారాతితమఃప్రమాపణకనద్భానంతు గోపక్షమా
కాంతున్వత్సవయాన్వయాబ్ధిరజనీకాంతున్నుతింతున్ధృతిన్

శా. క్షీరాబ్ధిన్విలసిల్లుచందమున లక్ష్మీదేవి చన్దోయిపై
[illegible]హారించురీతి రవిబింబాంతస్థితుండైన య

ట్లా రాజీవవిలోచనుఁడు సతతోద్యల్లీలఁ గ్రీడించు సు
శ్రీరమ్యంబగు గోపభూవరుమహాచిత్తారవిందంబునన్

చ. చదివిన బ్రహ్మచారులకు సత్కులసంభవులైనవారికిన్.
హృదయము సంతసిల్లఁగ ననేకులకున్బహువిత్తమిచ్చి స
ద్వ్రతముగా వివాహములు విప్రజనప్రియుఁడాచరింపుచున్
నదయుఁడుకీర్తిగాంచెనృపచంద్రుఁడుగోపనృపాలుఁడున్నతిన్.

సీ. శ్రీమహాపరవస్తు రామానుజాచార్య
గురుభక్తినిపుణుఁడే ధరణివిభుఁడు
బహుపురాణశ్రేష్ఠ భాగవతగ్రంథ
పరమార్థవేది యే భాగ్యశాలి
ప్రతివాసరాగత బ్రహ్మవిద్వజ్జనా
భిమతప్రదాత యే విమలకీర్తి
కమనీయ గుణభవ్య కావ్యనాటకపరి
జ్ఞానప్రవీణుఁడే దానఘనుఁడు
శ్రీరామకృష్ణదేవపాదారవింద
సంతతధ్యానరససుధాస్వాదమోద
మానమానసుడధిరాజమాన్యుడతఁడు
రాజమాత్రుడె శ్రీగోపరాజమౌళి.

సీ. తనమహౌదార్యంబు దనమహాధైర్యంబు
కరణి జీమూతరాఘవ మొనర్ప
దనవినిక్రమల కీర్తి తనవిక్రమప్రఖ్యాతి
పగిది బద్మాహితోపమ హసింప

దనుష్షవిద్యాభూతి తనరూపవిఖ్యాతి
గతిఁ గమలోద్భవగరిమమీఱఁ
దనకార్ముకప్రౌఢి తనప్రతాపనిరూఢి
భాతిధనంజయు ప్రథిమఁబూన
ధరణినుతి కెక్కి నిజభుజాదండమండ
లాగ్రదర్శనచకితమత్తారినృపుఁడు
వత్సవాయ సింహాద్రి భూవర సుతుండు
ప్రణుత గుణశాలి గోపభూపాలమౌళి

సీ. శారద నీరద నారద పారద
హార దర స్ఫూర్తి నవఘళించి
శరదిందు శరకుంద శరబృందవర చంద
న హరిచందన కాంతిలహరిమీరి
హరికాంత హరికుంత హరిదంత కరిదంత
విధుకాంత పృథుకాంత నిభహసించి
పురవైరి ధరశీర్షగిరి దారివారి శౌరి
చరణ నిర్ఝరవారి సుకుచిగేరి
పాండు రాఖండ నిజకీర్తి మండలంబు
పుండరీకభవాండంబు నిండ మెఱయఁ
బ్రాభవముగాంచె సింహాద్రి రాజసుతుఁడు
ప్రణుత గుణశాలి గోపభూపాలమౌళి.

గీ. ప్రతివత్సరంబు గోపాల దేవునకుఁగ
ళ్యాణంబు గావించు రాణమీఱ

ధరణిసురులకు భూదానంబు లొనరించుఁ
బ్రాచీన మాన్య భూఫలములిచ్చు
నధ్యాపకులఁదెచ్చి యనిశంబువటువుల
వేదవిద్యాభ్యాస విదులఁజేయు
నాఁకొనివచ్చిన యభ్యాగతుల కెల్ల
నిష్టమృష్టాన్నంబులెపుడు నొసఁగు
నెంత పుణ్యాత్ముఁడనిలోకు లెన్నుకొనఁగఁ
గీ॥ సుకృతాతిశయములవార్త కెక్కె
వత్సవాయ సింహాద్రిభూవరుని సుతుఁడు
ప్రణుత గుణశాలి శ్రీగోపరాజమౌళి.

మ. వరతుల్యాఖ్యమహానదీతటమునన్ వల్మీకశైలంబునన్
నరసింహ ప్రభుమందిరంబుపరఁగ నానాఫలద్రుమహో
త్కరరమ్యంబగు నారికేళవనమున్గల్పించె దైత్యారికిన్
సిరివర్ధిల్లఁ బుష్పవాటిరచియించెన్గోపరాజెన్నఁగన్.

మ. వరకాండ్రేగులపట్టణంబుసరసన్ వర్తింపఁగా యోగ్యమై
పరమస్వచ్ఛజల ప్రపూరనిధియై పాంథప్రియోత్పాదమా
చెరువున్బావియు మావితోఁపును బ్రతిష్ఠించెన్మహాధర్మత
త్పరశీలుండగుగోపభూరమణుఁడే తన్మాత్రుఁడే యెన్నఁగన్.

క. శ్రీనుతకీర్తివైభవ విశిష్ట దుహివరవస్తు వంశరా
మానుజదేశికేంద్ర కరుణాంజనసాధిత భావ

www.ingramcontent.com/pod-product-compliance
Lightning Source LLC
LaVergne TN
LVHW080004230825
819400LV00036B/1238